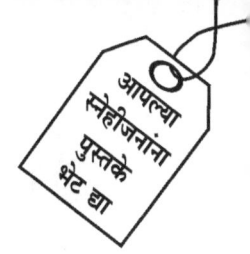

आपल्या स्नेहीजनांना पुस्तके भेट द्या

भुलभुलैय्या

वपु काळे

I0631775

मेहता पब्लिशिंग हाऊस

All rights reserved along with e-books & layout. No part of this publication may be reproduced, stored in a retrieval system or transmitted, in any form or by any means, without the prior written consent of the Publisher and the licence holder. Please contact us at **Mehta Publishing House,** 1941, Madiwale Colony, Sadashiv Peth, Pune 411030.

© +91 020-24476924 / 24460313

Email : info@mehtapublishinghouse.com
       production@mehtapublishinghouse.com
       sales@mehtapublishinghouse.com
Website : www.mehtapublishinghouse.com

◆ या पुस्तकातील लेखकाची मते, घटना, वर्णने ही त्या लेखकाची असून त्याच्याशी प्रकाशक सहमत असतीलच असे नाही.

BHULBHULAIYYA by V. P. KALE

भुलभुलैय्या : वपु काळे / कथासंग्रह

© स्वाती चांदोरकर व सुहास काळे

मराठी पुस्तक प्रकाशनाचे हक्क मेहता पब्लिशिंग हाऊस, पुणे.

प्रकाशक   : सुनील अनिल मेहता, मेहता पब्लिशिंग हाऊस,
            १९४१ सदाशिव पेठ, माडीवाले कॉलनी, पुणे – ४११०३०.

प्रकाशनकाल : डिसेंबर, १९७८ / फेब्रुवारी, १९८२ / जुलै, १९९६ / मे, १९९९ /
            मार्च, २००१ / मार्च, २००६ / जानेवारी, २००९ / जून, २०१० /
            ऑगस्ट, २०१२ / एप्रिल, २०१३ / जुलै, २०१४ /
            डिसेंबर, २०१५ / पुनर्मुद्रण : ऑक्टोबर, २०१७

P Book ISBN 9788177666496
E Book ISBN 9788184989359

E Books available on : play.google.com/store/books
                        m.dailyhunt.in/Ebooks/marathi
                        www.amazon.in

आयुष्यभर ज्यानं
मला भुलभुलैय्यातच
फिरवलं,
'सारी दुनिया एक तरफ
जोरू का भाई एक तरफ'
हे वचन सार्थ करून दाखवलं

त्या मेव्हण्यास - 'श्री'ला.

'भुलभुलैय्या'त शिरण्यापूर्वी

वपु. काळे यांनी आपल्या कथाकथनाने केवळ महाराष्ट्रातच नव्हे तर अमेरिका-इंग्लंडमध्येही हजारो स्त्री-पुरुषांना मंत्रमुग्ध केले आहे. स्वत: लिहिलेल्या कथांचे इतके प्रभावीपणे कथन करणारा आणि उपस्थितांना हास्य-अश्रूंच्या लाटांवर खेळवणारा दुसरा कुणी कथाकार आज तरी इथे मराठीचिये नगरीत नाही. कथाकथनाला वपु. काळे यांनी जी प्रतिष्ठा आणून दिली आणि त्यात त्यांनी जे यश संपादन केले, त्यामुळे त्यांच्या कथालेखनाकडे, कथांच्या वैशिष्ट्यांकडे जाणकार टीकाकारांनी काहीसे दुर्लक्ष केले असेही म्हणता येईल. अर्थात मराठी समीक्षेची एकंदरीत वाटचाल ज्या गतीने चालू आहे, ती ध्यानात घेता त्यात आश्चर्य वाटायचे कारण नाही. आपल्या समीक्षेची गती इतकी धीमी असते की मर्ढेकर गेल्यावर वीस-तीस वर्षांनी त्यांच्या सौंदर्यसमीक्षेची चिकित्सा करण्याची इच्छा दोन-चार महाभागांना होते. केशवसुतांच्या युगप्रवर्तनाची ओळख पटायला पाच-पन्नास वर्षे तरी जावी लागतात. जी. ए. कुलकर्णी यांच्या कथांचे मर्म उलगडण्यासाठी अशीच अर्धा-पाव शतकांची प्रतीक्षा करावी लागणार. अर्धेकच्चे, उडत-उडत लिहिलेले अभिप्राय हीच आपली मराठी समीक्षेची लेखनसीमा असल्याने ललित साहित्याच्या निर्मितीच्या वेगवान प्रवाहाशी तिला आपली गती ठेवता येत नाही, त्या प्रवाहाच्या आवाक्याचा वेध तिला घेता येत नाही.

वपु. काळे हे गेली वीस वर्षे सातत्याने कथालेखन करीत आहेत आणि ते कमालीचे लोकप्रिय आहेत. त्यांचे विसांवर संग्रह प्रसिद्ध झाले आहेत. वपु. काळे हा मराठीतील एक फिनॉमेना आहे. पण हा 'फिनॉमेना समजावून घेण्याची, सम्यक दृष्टीने त्याकडे बघण्याची गरज काही आपल्या मान्यवर समीक्षकांनी दाखविलेली नाही. बरेचसे समीक्षक हे महाविद्यालयात अध्यापन करीत असल्याने आणि जे शिकवावे लागते त्यापलीकडे फारसे वाचण्याची त्यांना सवड नसल्याने मराठीतील नवीन साहित्याची समीक्षेच्या दृष्टीने उपेक्षाच होते, असे म्हणायला हरकत नाही. तशातच आपल्या विद्यापीठांचे मराठीचे अभ्यासक्रम असे काही पूर्वापार चालत आलेले आहेत की नव्या पिढीच्या, नव्या दमाच्या लेखनाला त्यात क्वचितच स्थान मिळते. विविध विद्यापीठांच्या मराठीच्या अभ्यासक्रमातील व पाठ्यपुस्तकातील ही रिजिडिटी गेल्याविना मराठी समीक्षेचे लक्ष समकालीन साहित्याकडे जाणार नाही असे म्हटले तर वावगे ठरू नये. वाचक मात्र हे समकालीन साहित्य वाचत असतो. आपल्या परीने बरेवाईट ठरवत असतो. वाचकांच्या अभिरुचीचे पोषण करण्यासाठी, तिला दिशा देण्यासाठी समीक्षकांचा उपयोग होऊ शकतो. पण समकालीन साहित्याच्या संदर्भात वाचक व समीक्षक

यांच्यात संवाद होण्याची शक्यताच सद्य:कालीन विद्यापीठीय अभ्यासक्रमांमुळे व समीक्षाक्षेत्रात असलेल्या बहुसंख्य व्यक्ती अध्यापनक्षेत्रात असल्यामुळे दुर्मीळ ठरते. परिणाम असा होतो की, सद्य:कालीन साहित्यापासून मराठी समीक्षा जशी दूर असते तशी आजचा वाचकवर्ग आणि समीक्षा यांच्यातही दोन ध्रुवांची फारकत राहते. ही समीक्षा चंद्रकांत काकोडकर, बाळ कोल्हटकर, बाबा कदम यांच्या लोकप्रियतेला तुच्छ लेखून जशी सहजी झिडकारून टाकते, तशीच लोकप्रियतेच्या सवंग ठोकताळ्यांपासून शतयोजने दूर असणाऱ्या दिलीप चित्रे, चि. त्र्यं. खानोलकर, जी. ए. कुलकर्णी वगैरेंच्या जीव ओतून, सर्वस्व पणाला लावून लिहिल्या गेलेल्या साहित्यालाही सामोरी जाण्याचे टाळते.

एखादी कलाकृती लोकप्रिय झाली की ती सवंगच असणार, एखादा लेखक लोकप्रिय ठरला की तो उथळच असणार असे काहीतरी एक चमत्कारिक समीकरण आपल्या डोक्यात बसलेले आहे. त्यामुळे यशाचे, लोकप्रियतेचे श्रेय आपण मोकळ्या मनाने कोणाला द्यायला तयार होत नाही. त्या यशाचे, लोकप्रियतेचे रहस्यही जाणून घेण्याची कोशिश यामुळे आपल्या हातून होत नाही.

ही वस्तुस्थिती असल्यामुळेच वपु. काळे हा काय 'फिनॉमेना' आहे हे समजावून घेण्याची जागरूकता आपल्या मान्यवर समीक्षकांनी दाखवली नसावी. परंतु आपल्यातील समकालीन प्रतिभावंतांची शिष्टपणाने उपेक्षा करण्याची आपली ही वृत्ती म्हातारीने कोंबडे झाकून ठेवून सूर्याचा उदय थोपवण्यासारखीच हास्यास्पद नाही का?

'भुलभुलैय्या' हा वपु. काळे यांच्या चमत्कृतीप्रधान कथांचा - फॅण्टसीजचा संग्रह. गेल्या वीस वर्षांत वपु.नी लिहिलेल्या फॅण्टसीजपैकी निवडक अशा फॅण्टसीजचा समावेश या संग्रहात करण्यात आला आहे. एका अर्थाने या पुस्तकाच्या निर्मितीचे श्रेय मी माझ्याकडे घेऊ शकतो. कारण अशा निवडक फॅण्टसीजचा संग्रह काढावा असे मी वपु. काळे यांना, ते गतवर्षी सातारला कथाकथनाच्या एका कार्यक्रमासाठी आले असताना, सुचविले होते. त्यांना ती कल्पना एकदम आवडली.

प्रकाशकांनीही तिला लगेच हिरवा कंदील दाखवला. त्याच वेळी त्या संग्रहाला 'तुम्ही प्रस्तावना लिहायची आहे' असे त्यांनी मला कळवले. वपु. यांच्या फॅण्टसीजवर मी 'महाराष्ट्र टाइम्स'मध्ये १९६२मध्येच खूप गौरवाने लिहिले होते. त्यामुळे 'भुलभुलैय्या'ला प्रस्तावना लिहिण्याची त्यांची सूचना मी आनंदाने स्वीकारली.

नवलकथा, चमत्कृतीपूर्ण कथा, काल्पनिक कथा, अद्‌भुत कथा असे शब्द आपण 'फॅण्टसी'ला जवळपास आहेत, असे म्हणू शकतो. परंतु 'फॅण्टसी'चे स्वरूप इतके वैविध्यपूर्ण आहे की एखादाच समर्पक पर्यायी शब्द वापरून, फॅण्टसीच्या सर्व अर्थच्छटा पकडू पाहणे कठीण ठरते. आज आपण फॅण्टसी हा शब्द कथेच्या

संदर्भात वापरत असलो, तरी मूलत: तो एखाद्या वाद्याच्या साहाय्याने गाण्यात येणाऱ्या संगीतरचनेशी संबंधित मानला जाई.* बीथावेन, बाक (Bach) वगैरेंच्या रचनांचा त्या अनुषंगाने उल्लेख केला जातो. परंतु आता फॅण्टसी हा शब्द संगीतरचनेपुरता मर्यादित मानला जात नाही. मूळ ग्रीक शब्दापासून आलेला हा शब्द कल्पनाचमत्कृतीचे** एक विशाल भांडार आपल्यापुढे खुले करतो आणि भूतप्रेत, मंत्रतंत्र, अतृप्त आत्मे, पऱ्या आणि यक्ष, जादूटोणा, चेटूक, अतींद्रिय शक्ती, अमानवी सृष्टी, स्वप्नसृष्टी - या सर्वांशी निगडित अशी दुनिया 'फॅण्टसी'द्वारे आपल्या कल्पनाशक्तीला व वैचित्र्याच्या हव्यासाला आवाहन करीत राहते. अरेबियन नाइट्स, ग्रिमबंधूंच्या व अँडरसनच्या परीकथा, पेरॉल्टच्या लोककथा यांचा त्यात समावेश होतो, तसाच डॅफो (टु रिलेशन ऑफ दि ॲपरिशन ऑफ मिसेस् व्हिला), मेरी शेली (फ्रँकेनस्टाइन) हॉफमन (कथा), एडगर

---

* A musical composition in free form, is usually written for one or more instruments. There are several types, including the improvisational fantasia, such as J. S. Bach's chromatic fantasy and fugue, the 16th - 17th Century imitative fantasia in free sonata from, as cultivated by Beethoven and the 19th Century German romantics and the potpourris of operatic tunes, which were concerned in excessive numbers during the same period.

-Collier's Encyclopedia, Vol. 7, 1957. Page 579.

** Supernatural story : a very comprehensive term which may be applied to any sort of Story which in some way makes use of ghosts, ghouls, spectres, apparitions, poltrgeists, good and evil spirits and things than go bump in the night, not to mention magic, witchcraft, marvels, tailimans, the eerie atmosphere and the presence of uncanny, anything supernatural and beyond sensaay perception, what make the flesh creep and the hair to stand of the preternatural (to use Colerige's word) powers. In short, anything which belongs to that world so powerfully suggested by Milton in Cumus when he wrote of :

Calling shapes and beckoning shadows dire
And airy tongues that syllable men's names
On sands, and shorers, and desert wilderness

– A Dictonary of Literary Terms - by J. A. cuddon, 1977. Page 651

ॲलन पो (टेल्स ऑफ मिस्टरी ॲण्ड इमॅजिनेशन), हॅथार्न (दि स्कारलेट लेटर), ऑस्कर वाइल्ड (दि पिक्चर ऑफ डोरियन ग्रे), एम. आर. जेम्स (घोस्ट स्टोरीज ऑफ ॲंटिक्विटी), मिल्टन (पॅराडाइज लॉस्ट), स्पेन्सर (फेअरी क्वीन), वॉल्टर डिला मेअर (दि लिसनर्स), डब्ल्यू. डब्ल्यू. गिब्सन (फ्लॅनान इसल), ॲंब्रोझ बियर्स (मॉंक ॲण्ड दि हॅंगमन्स डॉटर, शेप्स ऑफ क्ले), फॅंटॅस्टिक फेबल्स वगैरेंचा उल्लेख जे. ए. कुडॉव यांच्या 'ए डिक्शनरी ऑफ लिटररी टर्म्स' या ग्रंथात 'सुपर नॅचरल' स्टोरीवरील नोंदीत करण्यात आला आहे.

विज्ञानकथा, भयकथा, थ्रिलर्सदेखील अनेकदा फॅण्टसीच्या कथेत मोडतात, तसेच कॅच-२२, दि मॅन, दि लाइन ऑफ सक्सेशन वगैरे अमेरिकन राजकीय कादंबऱ्या याही कल्पनाचमत्कृतीचाच स्वैर आधार घेतात. अर्थात ह्या विविध प्रकारच्या कथा वाङ्मयीनदृष्ट्या एकाच पातळीवर असतात असे मानण्याचे कारण नाही.

रामायण-महाभारतातील अनेक प्रकरणे ही 'फण्टसी'च्या बॅनरखाली येऊ शकतील. पुराणकथांमध्येही काही कमी चमत्कृती नाही. बाणभट्टाची कादंबरी, हितोपदेश, पंचतंत्र, किंबहुना प्राचीन व मध्ययुगीन साहित्यामध्ये कल्पनावैचित्र्याचा भरपूर वापर करण्याची पद्धतच होती आणि त्याचीच एक प्रतिक्रिया म्हणून आपण आधुनिक काळात वास्तववादाकडे वळलो. नॅचरॅलिझमने त्या वास्तवापलीकडे जाऊन आहे तसे जीवन रंगवण्याचा घाट घातला, तर अतिवास्तववादाने आपल्या सुप्त मनाच्या विविध व्यापारांचा आपल्या प्रकट मनाच्या व्यापारांशी मेळ घालण्याचा आव आणला. ब्रॅटनने म्हटल्याप्रमाणे तर्कशास्त्र व बुद्धिप्रामाण्य यापासून मनाची सोडवणूक करण्याच्या प्रतिज्ञेमुळे अतिवास्तववाद हा स्वप्ने, दिवास्वप्ने यांचा माणसावर पडणाऱ्या प्रभावाचा शोध घेऊ लागला, निद्रेची व जागृतीची प्रक्रिया तपासून पाहू लागला.

परंतु या वास्तववादाचीही प्रतिक्रिया म्हणून गेल्या पंधरा-वीस वर्षांत पुनश्च जगभर कल्पनाचमत्कृतीकडे वळण्याची लेखक-कलावंतांची प्रवृत्ती उसळी मारून वर आली आहे. सायन्स फिक्शन, हॉरर स्टोरीज, पोलिटिकल थ्रिलर्स यांच्या रूपाने ही लाट आविष्कृत होताना दिसते. विज्ञानाने मानवी संस्कृतीच्या विनाशाची इतकी प्रभावी साधने मानवाच्या हाती सोपवली आहेत की माणसाला भविष्याबद्दल निश्चिती उरलेली नाही आणि त्यामुळेच या जगाच्या संभाव्य मोडतोडीची वेगवेगळी त्रैराशिके मांडण्याचा विलक्षण चाळा करण्यात जगभरच्या प्रतिभावंतांत अहमहमिका लागली आहे. वास्तवाच्या प्रखर जाणिवेने माणसाच्या या कल्पनाशक्तीची अंतर्भेदकता अधिक तीक्ष्ण झालेली आहे. मराठीपुरते बोलायचे तर नारायण धारप यांच्या कथा या विश्वातील अनेक गूढरम्य शक्यतांचा वेध घेतात, रत्नाकर मतकरींच्या काही कथांतूनही अशा अतींद्रिय शक्यतांचा मागोवा घेण्यात आला आहे. तर दुसरीकडे जी. ए. कुलकर्णी यांच्या अद्भुत कथा या मानवी

तरी ते अंगी लागत नाही.

'माझी कथा खोटी म्हणू नकोस' चा नायक राजस साठे याला वडिलांकडून चालत आलेला संजीवनी मंत्र अवगत आहे. पण लोक त्याला पैसे देतात ते त्या मंत्राचा वापर करून आपल्या नातलगांना जिवंत करू नये म्हणून! आणि जेव्हा त्याची स्वत:ची पत्नी मरण पावते तेव्हा त्याला तो मंत्र तिसऱ्या श्लोकाच्या पुढे आठवत नाही. मानवी जीवनातली ही विसंगती, हा विरोधाभास अटळ आहे. 'नांदा सौख्यभरे' या सदरातील नवविवाहित जोडप्यांचे फोटो परस्परांना शोभत नाहीत, म्हणून त्यांच्या वेगवेगळ्या शोभेशा जोड्या लावून केतन लेआऊट करतो. आपल्या कल्पनेने जमवलेल्या जोड्यांचे परस्परसंबंध स्वप्नात त्याला बघायला मिळतात तेव्हा नियतीचा संकेत अधिकच अर्थपूर्ण आहे याबद्दल त्याची खात्री पटते. प्रत्येकाच्या जीवनात कोणीतरी एखादा साप सोडलेला असतो की त्यामुळे त्याच्या भराऱ्या थांबतात, त्याचा अहंकार फोल ठरतो. दु:ख, बंधने, नैराश्य, अपघात यामुळे माणसाचे पाय जमिनीवर राहतात, त्याचे माणूसपण त्यामुळे सिद्ध होते - असा सिद्धांत 'साप' या कथेत मांडण्यात आलेला आहे. 'आलिया भोगासी असावे सादर' हा जो जीवनातील दु:खदैन्य सुसह्य करण्याचा एक मार्ग आहे त्याकडे अशा वेगवेगळ्या संदर्भात वपु. आपले लक्ष वेधतात. दुसऱ्याला सुख देण्याच्या अहंकारात, आपल्या सुखाची तर आपण वाट लावत नाही ना, याचे भान माणसाला राहत नाही (सुख विकणे आहे). आपल्या प्रत्येकाच्या जीवनात काही अगदी खाजगी असे असते. ते ज्याचे त्याच्याजवळच असण्यात सुख असते. त्याची चारचौघांत वाच्यता करणे सर्वांनाच क्लेशकारक ठरते. गैरहजेरीत आपला पती व आपली पत्नी कशी वागली याची नोंद ठेवणारा आरसा मिळाला तर जीवनच असह्य होईल, अशी एक कल्पना 'आरसा'मध्ये फुलवण्यात आली आहे. अशा सत्यदर्शी आरशामुळे प्रत्येकजणच दुसऱ्याकडे संशयाने पाहू लागेल आणि त्यामुळे मानवी नात्यातील सगळी गोडी संपुष्टात येईल. एकमेकांना काही विशिष्ट स्वातंत्र्य देण्याची तयारी प्रत्येक स्त्रीपुरुषाची असली तरच दीर्घकालीन सहअस्तित्व शक्य आहे असा नीतिपाठच त्यातून मिळतो.

स्वप्नरंजनातून इच्छापूर्ती साधण्याची कल्पना अनेक कथांमधून वपुं.नी वापरली आहे. प्रत्यक्ष भीमच 'कीचकवधा'त काम करण्यासाठी येतो आणि चिंतामण चिंचलीकरच्या मदतीस येऊन उर्मट टॅक्सीवाला, लुटारू दुकानदार व गुंड यांना धडा कसा शिकवतो, याचा गंमतीदार किस्सा 'प्रचिती'मध्ये सांगण्यात आला आहे. 'ब्रह्मदेवाचा बाप आला तरी ते शक्य होणार नाही' असं ऊठसूट म्हणणाऱ्या राहूलकर हेडक्लार्कची प्रत्यक्ष ब्रह्मदेवाने येऊन केलेली कानउघाडणी 'ब्रह्मदेवाचा बाप'मध्ये वपुं.नी अशा काही खुमासदारपणे दाखवली आहे की वाचताना वाक्या-वाक्याला गुदगुल्या होत राहाव्या. 'एअर इंडियाच्या महाराजा'ला एका स्वप्नात

मला वाटते, ही कथा वपु. काळे यांच्या सामर्थ्याचे रहस्य नेमके उलगडून दाखवते. आपल्या वाट्याला आलेल्या जीवनातच सुखाची, साफल्याची सरिता दुथडी भरून वाहत आहे याचा जणू ती आपल्याला साक्षात्कार घडवते.

या जीवनातील सुखदु:खे, उणिवा-अभाव, मोठेपणा-प्रतिष्ठा, संपत्ती-वैभव हे सारे मानण्यावर आहे. जे नाही त्याबद्दल खंत नको, जे आहे त्याबद्दल अभिमान नको, या साऱ्या विश्वचक्राचे सूत्रसंचालन करणारी जी कोणी दैवी शक्ती आहे ती सारे काही विशिष्ट योजनेने करीत आहे. आपण काही करतो हा आपला भ्रम आहे. ईश्वरी न्यायावर, योजनेवर विश्वास ठेवा, त्यात व्यत्यय आणण्याचा प्रयत्न हा व्यर्थ होय. जे नाही त्याबद्दल खंत, खेद बाळगून आपल्या जीवनातले आनंदाचे क्षण काळवंडू देऊ नका, आपला चष्मा बदलून बघा, जगात मग सगळीकडे स्नेहसौहार्दच दिसेल... जसे दिसते तसे नसते. जे सुखी व वैभवात लोळताना दिसतात तेही अंतर्यामी दु:खी असतात. दु:ख, शाप हे माणसाच्या जीवनात अटळच आहेत, कारण त्यामुळे आपले पाय जमिनीवर राहतात. मृत्यूही अटळ आहे, आणि वेळ आली की संजीवनी विद्याही कुचकामी ठरते. तेव्हा आला क्षण गोड मानून घ्या, यापेक्षा वेगळे काही वपु. काळे यांना सांगायचे नाही आणि हे सांगण्यासाठी वपु.नी फॅण्टसीचा आधार घेतला आहे. जगातल्या सगळया सुंदर व श्रीमंत स्त्रियांपेक्षाही आपल्या वाट्याला आलेली स्त्री, आपली हक्काची पत्नी, ही अधिक सुंदर व श्रेष्ठ होय ही जाणीव वपु. ची वर उल्लेखिलेली गोष्ट ऐकताना प्रत्येक नवऱ्याला झाल्याविना राहत नसेल, कारण कोठेतरी वहिदाच्या सहवासात राहण्याची स्वप्ने रंगवणाऱ्या त्या कथेच्या नायकाशी त्याचे आयडेंटिफिकेशन झालेले असते आणि प्रत्येक बायको ही आपल्या पुरुषाच्या रुचीवैचित्र्याबद्दल मनात रुष्ट असूनही, ते सहन करण्याची ताकद दाखवत असते. तिला जेव्हा कळून चुकते की काही झाले तरी माझा नवरा शेवटी माझ्याच कुशीत विसावणार, तेव्हा तिला जगण्यासाठी जणू नवीन बळ मिळालेले असते आणि हे बळ हिरावून घेण्याची ताकद दुसऱ्या कोणात नाही, याचा साक्षात्कारही त्याच वेळी तिला घडलेला असतो. कृष्ण, सत्यभामा, रुक्मिणी यांच्या आधुनिक कथेद्वारेही प्रेमाचे हे मोठेपणच वपु. मिस्कीलपणे सांगतात. (सुवर्णतुला)

पुरुषालाही स्वत:च्या पत्नीव्यतिरिक्त अन्य स्त्रीच्या सहवासाचे सौख्य रोमांचित करणारे वाटते असे आपण धरून चालतो. वपु. अशा या चोरट्या, अनैतिक सुखाचा आनंद आपल्या नायकाला उपभोगू देत नाहीत. 'वन फॉर द रोड'चा नायक आगगाडीत भेटलेल्या मोहिनीच्या सहवासात रममाण होण्याऐवजी स्वप्नात बघतो ते काहीतरी भलतेच... आणि त्याच्या सत्प्रवृत्त, पापभीरू मनाला त्या 'अनैतिक' सुख-सहवासाचा आनंद क्षणभरही, स्वप्नातही लुटता येत नाही. आपले मनच आपल्याला अशा रीतीने खात राहते की अभावितपणे एखादे सुख पुढे आले

प्रसंगाचे निमित्त करून आपल्या काहीतरी अनुभूतीचे, जीवनविषयक तत्त्वज्ञानाचे सार सांगायचे असते. तेही प्रभावीपणे सांगायचे असते. वाचकांच्या बोथटलेल्या संवेदनांच्या गडकोटांचा भेद करून, ते त्यांच्यापर्यंत पोहोचवायचे असते.

फॅण्टसीचे हे वाङ्मयीन वैशिष्ट्य ध्यानात ठेवले तर आपले फॅण्टसीचे आकलन अधिक अर्थपूर्ण होऊ शकेल असे वाटते.

वपु. काळे यांच्या फॅण्टसीचे स्वरूप हे वैचित्र्यपूर्ण तर आहेच, पण त्याद्वारे जीवनविषयक काही शाश्वत सत्यांचा उच्चारही त्यांना करायचा आहे. ही सत्ये सरळ सांगता आली नसती असे नाही. पण ती तशी सांगितली तर आपल्या मरगळलेल्या मनांना त्या शब्दांमधील गुळगुळीतपणापलीकडे काही जाणवले नसते. वास्तववादी चित्रे उभी करून ह्या गोष्टी सांगितल्या असत्या तरीही त्या आपल्या बुळबुळीतच वाटल्या असत्या. भगवान बुद्धाप्रमाणे चार आर्यसत्ये सांगण्याचा अभिनिवेश येथे नाही. कारण तसे काही नवीन सत्य येथे सांगायचे नाही. पण जे चिरपरिचित सत्य सांगायचे आहे ते प्रभावीपणे वाचकांपर्यंत पोहोचवावे म्हणून वपु. काळे कल्पनाचमत्कृतीकडे कळत-नकळत वळलेले असावेत. फॅण्टसीच्या रूपात नव्या नीतिकथाच जणू वपु. सादर करीत आहेत.

या संग्रहात नसलेली आणि फॅण्टसीही नसलेली अशी एक कथा वपु. काळे कथाकथन करताना सांगतात. एक मध्यमवर्गीय कारकून. चाळीत राहणारा. तो चुकून एका स्पर्धेत भाग घेतो आणि यशस्वीही ठरतो. त्याबद्दल त्याला बक्षीस मिळते ते वैशिष्ट्यपूर्ण असते. वहिदा रहमान या सिनेनटीच्या सहवासात आठ तास घालवण्याचे! सारी चाळ त्याच्या भाग्याचा हेवा करते. तो बिचारा एवढ्या मोठ्या नटीकडे जायचे तर चांगले कपडे कुठून आणायचे या विवंचनेत. त्याची उदास, हताश पत्नी त्याला मोठ्या धीराने निरोप देते. नटीच्या बंगल्यातील त्या वैभवात आपण शोभत नाही ही जाणीव त्याला सतत टोचत असते. चहा येतो, जेवण येते, पण त्यांचा मोकळेपणाने त्याला आस्वाद घेता येत नाही. घरी परतल्यावर सगळे चाळकरी त्याला खोदखोदून काय काय झाले ते विचारतात. तो आपल्या अंगची कल्पनाशक्ती वापरून, जेवढे काही ग्लॅमरस चित्र उभे करता येईल तेवढे करतो. त्या त्याच्या वर्णनातला बनवाबनवीचा भाग त्याची पत्नी नेमकी हेरते. लोकांची पांगापांग झाल्यावर, तो प्रांजलपणे त्याची दिवसभर उपेक्षा झालेली असते ती बायकोला सांगतो. कथेच्या शेवटी त्याची पत्नी म्हणजे, 'रमाकांत, ह्या जगात अनेक सुंदर स्त्रिया आहेत, नजर टाकशील तिकडे सौदर्याचा साक्षात्कार होईल. रंभा, ऊर्वशी, मेनका ... पण शेवटी नवऱ्याच्या पिवळ्या गंजिफ्रॉकची पर्वा न करता जी नवऱ्याच्या कुशीत शिरते, तीच त्याची वहिदा रहमान असते.

बुद्धिशक्तीच्या आणि प्रयत्नांच्या विविध दृष्टिकोनातून छाननी करीत असतात. जन्म, मृत्यू, मोह, वेदना, करुणा, अहंकार, स्वप्न, सत्य,सत्ता, सुखदुःख, शरीर, वासना - एकूण आपल्या अस्तित्वाची झोळी कशी फाटकीतुटकी आहे हे जी.ए. अशा काही निर्दय कोरडेपणाने दाखवतात की आपल्या पायाखालची भूमीच काढून घेतली जात आहे असे वाटते. नारायण धारप आणि जी.ए. कुलकर्णी ही वाङ्मयीनदृष्ट्या दोन ध्रुवांसारखी टोके ठरतील, पण ज्या मानवी कॉन्शसनेसचा ती आविष्कार करू पाहत आहेत, त्या कॉन्शसनेसच्या जातकुळीत विशेष फरक आहे असे मानण्याला जागा नाही.

एखादा लेखक वास्तववादी लेखन करता-करता, मध्येच फॅण्टसीकडे का वळतो? वास्तववाद हे एक चलनी नाणे मानले जाते. काल्पनिक वा चमत्कृतीपूर्ण लिहिणे हे त्या मानाने शाळकरी, बालवाङ्मय लिहिण्यासारखे क्षुल्लक वा हलके काम होय असेही आपल्याला वाटत असते. त्यामुळे एखादा वास्तववादी लेखक जेव्हा फॅण्टसीचा आश्रय घेतो, तेव्हा तो वास्तववादाकडून जे मिळणार नाही, असे काहीतरी अधिक मिळवण्याच्या प्रयत्नात असतो असा युक्तिवाद करता येईल का? सुप्रसिद्ध हिंदी साहित्यिक गजानन माधव मुक्तिबोध यांनी निर्मितीप्रक्रियेचे स्वरूप स्पष्ट करताना, फॅण्टसीबद्दल बरेच विवेचन केले आहे. * फॅण्टसीच्या रूपाने आपण जगलेल्या जीवनाच्या वास्तवतेचे बौद्धिक व सारगर्भ निष्कर्षच कलावंत प्रकट करीत असतो, असे ते म्हणतात. असे करण्यात मुख्य फायदा कोणता? तर वास्तवतेचे प्रदीर्घ चित्रण करण्याचे कलावंताचे श्रम वाचतात. म्हणजेच फॅण्टसीच्या माध्यमातून साररूपाने जीवनाची पुनर्रचना कलावंत करीत असतो. फॅण्टसीमधील पात्रे, प्रसंग, ही सर्व प्रतीकात्मक असतात, जीवनातील निष्कर्षांचीच ती प्रतीके असतात. फक्त फॅण्टसीचा आश्रय घेतल्याने पात्र व प्रसंग यांचा मेळ घालताना काही सवलती अधिक घेऊ शकतो. कार्यकारणभावाची परंपरा काहीशी स्वैर, शिथिल करू शकतो. व्यक्तीच्या अंगभूत गुणदोषांकडे जरूरीप्रमाणे डोळेझाक करून, मानसशास्त्रीयदृष्ट्या त्यातील उणिवांची पूर्तता लेखक आपल्या अखत्यारीत निःसंकोचपणे करू शकतो. कलावंत हे जे जादा स्वातंत्र्य मागत असतो, ते कशासाठी असते? याचे उत्तर असे की त्याला त्या-त्या पात्राचे वा प्रसंगाचे चित्रण यथातथ्य करण्यात रस उरलेला नसतो. त्याऐवजी त्या पात्राचे-

---

* फॅण्टसीमें जिये और भोगे गए जीवनकी वास्तविकताओंके बौद्धिक अथवा सारभूत निष्कर्षोंके रंगोंमे प्रस्तुत किया जा सकता है। इससे यह सुविधा होती है कि कलाकार वास्तविकताके प्रदीर्घ चित्रणसे बच जाता है, वह ज्ञानगर्भ फॅण्टसीके माध्यमसे साररूपमें जीवनकी पुनर्रचना कर लेता है।

- मुक्तिबोधके आलोचन सिद्धान्त, पुष्पलता राठौर, पंचशील प्रकाशन, जयपूर, १९७६, पृष्ठ १०६.

आणून, त्याच्या दु:खाची कैफियतही सादर करण्यात आली आहे. (महाराज), सोज्वळ शालीन वहिनीच्या दु:खाला वाट करून देण्यासाठी 'चौकटीतील वहिनी'च्या भेटीचा बनाव करण्यात आला आहे. हजारो दिलांवर अधिराज्य गाजवणाऱ्या मधुराच्या हृदयाचे ऑपरेशन करताना डॉ. धैर्यवान यांना लागलेला अफलातून शोध 'दिल की शिकायत'मध्ये स्पष्ट करण्यात आला आहे. या सर्व कथांमध्ये कल्पनाचमत्कृतीचा उपयोग करून महाराजा, वहिनी वा अभिनेत्री यांच्याबद्दलच्या आपल्या मनात असलेल्या प्रतिमांचा फुसकेपण उघड करण्यात आला आहे.

सद्य:कालीन मध्यमवर्गीय माणसाला आहे त्या परिस्थितीत जीवनाचा उत्कट आनंद कसा लुटता येईल याचा संदेश देण्यासाठीच वपु. काळे यांच्या या चमत्कृतीपूर्ण कथांचा अवतार आहे. मात्र संदेश देण्यासाठीच वपु. यांनी या कथा लिहिल्या आहेत अशी वाचकाला बोचरी जाणीव कुठेही होत नाही, याचे श्रेय या कथांना दिलेल्या 'फॅण्टसी'च्या अवगुंठनाला आहे. वपु. काळे यांच्या मिस्कील, खेळकर निवेदनशैलीमुळे या कथांकडे वाचक खेचला जातो. मानवी चांगुलपणावर वपुं.ची श्रद्धा आहे, जीवनातील विरोधाभासाने ते भयचकित होतात, पण परमेश्वराच्या योजनेत काहीतरी हितकारक सूत्र आहे याचीही त्यांना खात्री वाटते. त्यामुळे या साऱ्या व्यवहारांचे उदात्तीकरण करणे त्यांना विलोभनीय वाटते. त्यामुळे वाचकाची जीवनावरची श्रद्धा नकळतच दृढ होते. जीवनावर त्याचे प्रेम असते, त्याला जगावेसे वाटते. लेखक-कलावंतांना यापेक्षा दुसरे काय हवे असते?

-शंकर सारडा

अनुक्रमणिका

चष्मा

महादेवने आज ऑफिसात भीत-भीत प्रवेश केला. आजचा दिवस कसा काय पार पडतो ह्याबद्दल त्याला चिंता वाटत होती. कोणताही विपरीत प्रकार घडू नये म्हणून तो परमेश्वराची प्रार्थना करीत होता. महादेवच्या दृष्टीने आजचा दिवस कधीच उजाडायला नको होता. ती निदर्शनं, तो संप, त्या हाणामाऱ्या-ह्या सगळ्यांचा तो मनापासून द्वेष करीत असे, पण एकट्या महादेवच्या दृष्टिकोनावर सगळ्या जगाचा व्यवहारी दृष्टिकोन अवलंबून राहणार नव्हता! लोकांना संप हवा होता - निदर्शनं हवी होती - घोषणा हव्या होत्या. हाणामाऱ्यांचा वरून द्वेष असला तरी काहीतरी सनसनाटी घडावं ही सुप्त इच्छा होतीच आणि ह्या सगळ्यांचा महादेवला तिटकारा होता. माणसाने एवढं जिद्दीला पेटून जहाल बनू नये असं त्याला प्रामाणिकपणे वाटायचं.

प्रमिला खांडेकरवरही तो असाच चिडला होता. साध्या प्रेमप्रकरणाचा तिने अकारण बाऊ केला होता. सदानंद खाडिलकरविरूद्ध तिने भावाकडे तक्रार केली होती. नुसती तक्रार करून ती थांबली नव्हती तर आजच्या होणाऱ्या दंगलीचा फायदा घेऊन, भावातर्फे ती खाडिलकरचा सूड घेणार होती. आदल्या दिवशीच ती लीला पेडणेकरला सांगत होती,

''उद्या त्याला दाखवतेच चांगला इंगा.''

''असं रोजच म्हणते आहेस.'' लीलाने तिला खिजवलं.

''इतके दिवस बेमालूम संधीच मिळत नव्हती. उद्या संप आहे. निदर्शनं आहेत. निम्मे लोक आत राहणार, निम्मे बाहेर. तेव्हा काहीतरी गडबड होईलच. त्याचाच फायदा घेऊन काहीतरी गडबड कर म्हणून अरविंदला सांगितलं आहे.''

''अरविंद कोण?''

''माझा मावसभाऊ, बी. कॉम.ला आहे. चांगला टग्या आहे. त्याला अशी काहीतरी धमाल हवीच असते. बोलबोलता तो सद्याला लंबे करील ...''

... हे सगळं संभाषण महादेवने चोरून ऐकलं होतं. त्यामुळे तो धास्तावला

होता. सदानंद खाडिलकर महादेवला आवडत असे. त्याचं बोलणं-चालणं-बेछूट वागणं- सगळ्यावर महादेव खूष होता. आता कधीतरी सदानंदला बोलण्याचा सुमार राहत नसे. एखाद्या गोष्टीची टवाळी करायला लागल्यावर त्याला कशाचं भान राहत नसे. पण हे दुर्गुण मानूनही सबंध ऑफिसात महादेवला खाडिलकरसाहेब एकदम आवडत. खाडिलकरचा प्रमिलेवर 'डोळा' होता ह्यात महादेवला काही गैर वाटत नव्हतं. पुष्कळदा महादेवला वाटायचं, खाडिलकर-खांडेकर हा जोडा झ्याक् शोभेल. तो म्हणायचाही, 'साहेब, ती बया कितीही नाक वर करो, पण तिचा जन्म आपल्याचसाठी झालाय!'

खाडिलकर खूष व्हायचा. तो मोठ्यांदा हसायचा. त्याच वेळी प्रमिला मान उडवून स्वत:शी म्हणायची, 'पाहा, मेला कसा दात काढतोय!' खाडिलकरच्या नजरेतून तीही हालचाल सुटायची नाही. तो महादेवला मग म्हणायचा,

"तू म्हणतोस ते खरं आहे रे, पण म्हणतात ना -

हम है मुश्ताक ओ बेजार

या इलाही । ये माजरा है क्या?"

"साहेब, मराठीत बोला ना हे!"

दोन्ही हात छातीवर धरून खाडिलकर म्हणायचा,

"तिच्या मनात द्वेष तर आमच्या मनात अभिलाषा. परमेश्वरा तुझी करणी अगाध हेच खरं!"

महादेव ह्यावर आणखीन खूष व्हायचा. तो मनाशी म्हणायचा,

'माणूस असा हवा. नाहीतर आमचे दामलेबुवा.'

दामलेबुवांचा विचार डोक्यात यायला आणि दामले ऑफिसात यायला एकच गाठ पडली. हा गृहस्थ झोपण्यापुरता तरी घरी का जातो ह्याचं महादेवला नेहमी कोडं पडतं. उभ्या आयुष्यात हा गृहस्थ मनमोकळं हसला असेल का - हा प्रश्न महादेवला नेहमी बेजार करतो. फुलांच्या वासाने दामले कधी धुंद झाले असतील का, मुलांच्या चिवचिवाटाने त्यांना कधी आनंद वाटला असेल का, पहिल्या रात्री झालेल्या स्त्रीस्पर्शाने त्यांचं भान हरपलं असेल का - असले प्रश्न महादेवलाच काय पण ऑफिसातल्या प्रत्येक माणसाला पडले होते! महादेवला आपलं एकच वाटायचं, संपावर गेलेली निम्मी माणसं यापुढे केव्हाही ऑफिसला आली नाहीत तरी चालतील. जोपर्यंत दामलेबुवा ऑफिसला येतात तोपर्यंत कशाचीही भीती नाही. दामले जागेवर जाऊन बसले. इकडे तिकडे न बघता, क्षणाचाही अवधी न दवडता दामले काम करू लागले.

तेवढ्यात वैद्यसाहेबही आले. साहेब जसा नेहमी चिडलेला-वैतागलेला, विनोद नावाची चीज माहीत नसलेला असा असावा लागतो तसेच अगदी वैद्य होते.

संपप्रकरणापासून तर ह्या सगळ्यात आणखीनच भर पडली होती. वैद्यसाहेब म्हटलं की सगळे चळाचळा कापत असत! भीत नसे फक्त मांजरेकर! तो म्हणायचाच,
''अरे साहेब-साहेब असा कोण साला? चिडेल-चिडेल, गप्प बसेल. तो जर परशुरामाचा अवतार असेल तर मी जमदग्नी आहे त्याचा बाप!''
आणि अशाच मांजरेकरने संपाचं नेतृत्व पत्करलं होतं. आजपावेतो सगळ्या वाटाघाटी फिसकटल्या होत्या. आजची बोलणी शेवटची! महादेव हजार वेळा प्रार्थना करीत होता,
'आज विपरीत प्रकार न घडो!'
संपाच्या साधारण विरोधी असलेली मंडळी हळूहळू ऑफिसात येऊ लागली. ऑफिसचं काम चालू झालं. पण आजच्या सर्व वातावरणावर एक तऱ्हेचं अज्ञात आवरण पसरलं होतं. त्यामुळे गंभीर प्रकृतीची मंडळी आणखीन गंभीर वाटत होती आणि खाना-पीना-मजा करना ह्या वृत्तीच्या माणसांना आगळंच तेज चढलं होतं!
सदानंद खाडिलकर तर आज भलताच फॉर्ममध्ये होता. आल्याबरोबर त्याने प्रमिलेला ऐकू जाईल अशा तऱ्हेने तान फेकली -
''सांगू कुणाला मनाची व्यथा ही!''
मान उडवीत प्रमिला म्हणाली होती, ''सांग माझ्या अरविंदला आज!''
खाडिलकरसाहेबांना संभाव्य धोक्याची कल्पना द्यावी ह्या जाणिवेने महादेव तत्परतेने खाडिलकरांजवळ गेला. काही वेळ आसपास घुटमळत तो म्हणाला,
''साहेब, तुम्हाला भीती आहे.''
''अरे, भीती सगळ्यांनाच आहे आज.''
''नाही पण साहेब, तुम्हाला त्यातल्या त्यात जास्त आहे.'' सांगता-सांगता सहज चाळा म्हणून खाडिलकरने टेबलावर काढून ठेवलेला चष्मा महादेवने स्वत:ला लावला आणि त्याच वेळेला एक अगदी विलक्षण चमत्कार घडला. महादेवच्या तोंडून शीळ बाहेर पडली. प्रमिलाकडे पाहून खाडिलकर वाजवतो अगदी तश्शी! शिट्टी ऐकून प्रमिला तांबडीलाल झाली. गडबडीने महादेवने चष्मा जवळजवळ फेकलाच.
''का रे, टाकलास का? तुला छान दिसत होता.''
''छे रे बाबा, आपली ताकद नाही पुन्हा त्याला हात लावायची.''
''हां हां, समजलो. शीळ तू वाजवलीस आणि बाई आमच्याकडे पाहताहेत. चालायचंच! चष्म्याचा गुण हा. लगेच दृष्टीत फरक पडतो. ह्या चष्म्यातून सगळंच सुंदर दिसतं. शीळ वाजवावीशी वाटली नाही तर नवल!''

महादेव जागेवर जाऊन बसला. पण त्याच्या डोक्यात असंख्य विचार येत होते. 'चष्म्याचा गुण हा!' खरंच, चष्म्यात असा गुण असू शकेल का? छे! शक्य नाही. चष्म्यात काय गुण असणार म्हणा! ... पण नाही कसा? कधीच शिङ्या न मारणारा मी. आज चष्मा घातल्यावर एकदम शीळ का यावी तोंडातून? असणार, चष्म्यात काहीतरी असणार. मोठी मजा होईल चष्म्यात असा काही गुण असेल तर! उद्या प्रमिलेने खाडिलकरचा चष्मा लावला तर तिलाही खाडिलकर आवडू लागेल, कुणी सांगावं? आपल्या दामलेसाहेबांनी - ज्यांना फक्त लांबचं पाहायला चष्मा लागतो त्यांनी - जर खाडिलकरचा चष्मा घातला तर त्यांनाही आयुष्यातले न दिसलेले रंग दिसतील!

महादेवला असले विचार स्वस्थ बसू देईनात. कमीत कमी दामलेबुवांवर हा प्रयोग करायलाच हवा. खाडिलकरांचा चष्मा दामले कसा बरं घालतील? चष्म्यांची अदलाबदल केली तरच हा संभव आहे. ती अदलाबदल समजता कामा नये. म्हणजेच दोघांचे चष्मे एकमेकात फसतील एवढे सारखे पाहिजेत. महादेवने मग आपली बसण्याची जागा बदलली. नव्या जागेवरून त्याला दामले आणि खाडिलकर एकाच वेळी दिसत होते. खाडिलकरांचा महादेवकरवी नवीन खोडी काढण्याचा विचार दिसतोय ह्या कल्पनेने प्रमिला उगीचच अस्वस्थ झाली.

पंधरा-वीस मिनिटं निरीक्षण करण्यात घालवल्यावर महादेव खूष झाला. दोघांचेही चष्मे काचेच्या जाडीसकट सारखे होते. आता अदलाबदल! ती बेमालूमपणे कशी व्हायची? पण महादेवचं दैव आज बलवत्तर होतं. खाडिलकर फोन आला म्हणून तो गडबडीने चष्मा न लावता फोन घ्यायला गेला आणि दामलेसाहेबांना बोलावलं म्हणून ते केबिनमध्ये गेले. फायली पोचवण्याच्या निमित्ताने हां हां म्हणता चष्मे बदलले! केबिनमध्ये गेलेले दामलेबुवा आणखीन दोन तास बाहेर येणार नव्हते. चिकार काम करणाऱ्या दामल्यांवर साहेब खूष असत आणि म्हणूनच दामलेही साहेबांना भीत असत! खाडिलकर फोन घेऊन जागेवर आला.महादेव तिथेच थांबला होता. जागेवर बसता-बसता खाडिलकर स्वत:शी म्हणाला,

"और माणसं भेटतात!"

"काय झालं साहेब? कुणाचा फोन होता?"

"मित्राचाच होता. माझ्या जुन्या नोट्स-इकॉनॉमिक्सच्या, त्याला हव्या होत्या. म्हणतो कसा, तू परीक्षेचा नाद सोडलास, नोट्स मला दे."

"मग?"

"मी त्याला उलट सांगितलं, माझ्याकडे नोट्स मागणं म्हणजे वडारणीकडे

चोळी मागण्यासारखं आहे."

"साहेब, आपल्या ऑफिस लायब्ररीत खूप पुस्तकं आहेत."

खाडिलकरने नाकावर चष्मा चढवला आणि त्याचा चेहरा एकाएकी बदलला. महादेव चमकलाच. स्वत:ला सावरीत तो म्हणाला,

"साहेब, जास्तीचं काही बोललो असेन तर माफ करा."

खाडिलकर उठून उभा राहत म्हणाला,

"मला लायब्ररी दाखव."

हा चष्म्याचा प्रताप की काय असं मनाशी पुटपुटत महादेव खाडिलकरला घेऊन लायब्ररीत गेला.

हव्या असलेल्या एका पुस्तकावर झडप घालून खाडिलकर बाहेर आला. दहाच मिनिटांनी खाडिलकरने महादेवकडे फुलस्केपची मागणी केली. महादेवने दिलेले कागद हातात घेत खाडिलकर प्रसन्नतेने म्हणाला,

"नोट्स-नोट्स त्या काय् आता दोन तासांत काढून देतो."

त्यानंतर सतत दोन तास खाडिलकर मान वर न करता नोट्स काढत राहिला होता. एक-दोनदा खांडेकर चांगली त्याच्या शेजारून गेली तरी त्याने मान वर करून पाहिलं नाही. लंच अवरमध्ये ऑफिस रिकामं झालं, पण खाडिलकर अविचल होता. त्याने जागा सोडली नाही, सुपारी खाल्ली नाही, सिगारेटच्या पाकिटाला हात लावला नाही.

दोन वाजता बाहेर राहिलेल्या लोकांचा मोर्चा आला. घोषणा सुरू झाल्या. वैद्यसाहेबांचा धिक्कार चालू झाला. ऑफिसातले कामकरी बावचळले. हातातली पेन्स हातात राहिली. निफावरची शाई सुकून गेली. अजून अविचल होता दामल्यांचा चष्मा घातलेला खाडिलकर!

एखाद्या वनराजाप्रमाणे छाती काढून मांजरेकर ऑफिसात आला. बाहेरच्या घोषणा समजूतदारपणे थांबल्या. मांजरेकर केबिनमध्ये घुसला. प्रथम हलक्या आवाजात बोलणी चालू झाली. पाचच मिनिटांनी एकमेकांचा आवाज वर-वर कसा चढत गेला हे त्यांचं त्यांनाही समजलं नाही. शेवटी तारस्वरात वैद्य ओरडले-

"बाहेर चालायला लागा. सांगितलेल्या अटीत बदल होणार नाही. ह्या ऑफिसच्या जिवावर तुम्ही एवढी वर्षं जगलात. वाढलात, संसार थाटलात, जीव रमवू शकलात. बेकार भटकत होतात तेव्हा दहा वेळा जमीन चाटत उंबरे झिजवलेत. आज त्याच ऑफिसवर तुम्ही उलटत आहात. चालते व्हा. मी पोलिसांना फोन केलाय. रक्त सांडलं तरी हरकत नाही, पण आता तुमची गय

करणार नाही! महाऽदेऽऽव!''

महादेव चटकन् आत गेला. खिडकीतून बाहेर पाहत साहेबांकडे पाठ करून मांजरेकर उभा होता. त्याने हात पाठीमागे नेले होते. रागाने हातांच्या मुठी आवळल्या होत्या. मनगटावरच्या शिरा तट्ट फुगून बाहेर आल्या होत्या. तोंडाला आलेला घाम पुसण्यासाठी मांजरेकरने मागे वळून चष्मा टेबलावर काढून ठेवला आणि पुन्हा बाहेर पाहत तो घाम पुसू लागला. साहेबांनी महादेवला सांगितलं,

''मांजरेकरसाहेबांना बाहेर घेऊन जा.''

एवढं बोलून वैद्यांनीही चष्मा काढला आणि तोंडावर-डोक्यावर पाणी मारून घेण्यासाठी ते बेसिनकडे वळले. एवढं पानिपत शेजारी घडूनही दामले स्थितप्रज्ञ होते. फायलीत डोकं खुपसून बसले होते.

दोघांच्या चष्म्याच्या काचा सारख्याच जाडीच्या. फ्रेमची रुंदी-रंग पण सारखाच! जास्त घोटाळण्याचं कारण नव्हतं. महादेवने बिनदिक्कत वैद्यसाहेबांचा चष्मा मांजरेकरांसमोर धरीत म्हटलं,

''चला साहेब, निष्कारण वाद कशाला?''

चष्मा हातात घेऊन मांजरेकर जोरात केबिनबाहेर पडला. ते चालणं पाहूनच महादेव हबकला. केबिनबाहेर पडल्यावर मांजरेकर थांबला. त्याने काचा पुसल्या. चष्मा डोळ्यांवर ठेवला आणि पुढच्या क्षणी मांजरेकरच्या चालण्यातली ढब-जोर-ऐट कुठल्या कुठे लोपल्यासारखी इतरांना वाटलं. बाहेर पडल्याबरोबर मांजरेकर मोठ्यांदा हसू लागला.

''ऐका. साहेबांशी मी आत्ता बोललो. माझी खात्री पटली की आपण फार मोठी चूक करीत आहोत. संप पुकारण्यात आपली घाई होत आहे. सध्या ऑफिसचे हात बळकट करणं हे आपलं कर्तव्य आहे. तेव्हा सगळ्यांनी आता कामावर यावं अशी माझी विनंती आहे.''

तेवढ्यात एकजण जमावातून ओरडला,

''ह्या साल्याने पैसे खाल्ले आत्ता! आपल्याला बनवलं. खेचा त्याला आणि मारा, ठोका.''

लोक पुढे सरसावले. मांजरेकरने आपली जागा सोडली नाही. तो हात वर करून ओरडू लागला.

''ऐका-ऐका, ऑफिसची परिस्थिती खरोखरच बिकट आहे. माझं ऐका...'' पण तेवढ्यात जमावातून एक चप्पल आली. हुल्लड माजली. त्याच दंगलीचा फायदा घेऊन एक गृहस्थ ऑफिसात घुसला. महादेवने अंदाज केला, बहुधा हा अरविंद असावा. तेवढ्यात प्रमिला खांडेकर उठलीच. लगबगीने त्याच्याजवळ

जात ती म्हणाली, "अगदी वेळेवर आलास. लिहिण्याचं सोंग करतोय तोच तो मवाली." एवढं सांगून प्रमिला तेथे राहिली नाही. ती लेडीज रूममध्ये जाऊन बसली. अरविंद पुढे आला. खाडिलकरच्या पाठीमागून वाकून पाहतो तो खाडिलकर इकॉनॉमिक्सच्या नोट्स भराभर लिहितो आहे. नेमक्या त्याच पुस्तकाची अरविंदला फार गरज होती. पुस्तक पाहून आपण खाडिलकरला सुनवायला आलो आहोत, हे अरविंद विसरलाच. खाडिलकरच्या शेजारीच बसून तो नोट्स वाचू लागला. खाडिलकरची आणि अरविंदची पाचच मिनिटांत जानपहचान होऊन दिलजमाई झाली. पंधरा-वीस मिनिटांनी बाहेर पडताना अरविंद खाडिलकरचा दोस्त होऊनच बाहेर पडला. कॉरिडॉरमध्ये वाट पाहत असलेल्या प्रमिलेजवळ जाऊन तो म्हणाला,

"एवढा ब्रिलियंट माणूस तुझ्यावर लट्टू आहे! भाग्य लागतं असा माणूस मागे लागायला. माझा वेळ वाया गेला खरा, पण एक भला माणूस मिळाला हा फायदाच!"

आणि प्रमिलेकडे पुन्हा न पाहता तो बाहेर पडला.

बाहेरचा गलका वाढत होता. पोलीसपार्टी अगदी वेळेवर येऊन थडकली होती. मांजरेकर थोडाबहुत बचावला होता तो म्हणूनच! वैद्यसाहेब हातात नोटांची चवड घेऊन बाहेर आले. दोन्ही हात वर करून लोकांना दाखवीत ते ओरडले,

"माझी चूक मला मान्य आहे. तुमच्या मागण्या रास्त आहेत. एकेकाने शांतपणे यावं आणि तीन महिन्यांचा बोनस घेऊन जावा."

"साहेब, असा अविचार करू नका. ऑफिसची परिस्थिती तेवढी चांगली नाही. बोनस घेण्याची आमची लायकी नाही. रोज आठ तासांऐवजी साडेपाचच तास काम करणारी आम्ही माणसं नालायक आहोत."

मांजरेकरला हातांनी उठवत वैद्य म्हणाले,

"उठा, मांजरेकर उठा. माझी चूक मला उमगली. तुम्ही माझी लेकरं आहात. तुमच्या कामावर, तुमच्या रक्तावर माझी कंपनी चालते आहे. लोकांना आत बोलवा. बोनस घ्यायला लावा." मांजरेकरच्या विरोधाला न जुमानता लोक पुढे सरसावले. बोनस दिला गेला. वैद्यांच्या हातातली नोटांची चवड हां हां म्हणता संपली. ऑफिसला अर्ध्या दिवसाची सुट्टी जाहीर करण्यात आली.

नोट्स काढून झाल्यावर खाडिलकरने महादेवला पुस्तक परत केलं. बोनस घेतला आणि सर्वांवर ताण म्हणजे 'टाइम लिमिट'च्या दहा फायलींचा गठ्ठा बरोबर घेऊन तो घरी गेला आणि खाडिलकरचं हे स्वरूप पाहून वैद्यांना वाटलं, कंपनी खरोखरच कारकुनांच्या घामावर चालते आहे.

एक तऱ्हेच्या तृप्तीने वैद्य केबिनमध्ये आले. दामले अजून काम करीतच होते.

त्यांच्या खिशात त्यांचा बोनस कोंबून वैद्य म्हणाले,
“आता ह्यापुढे तुम्ही काम चालू ठेवलंत तर पोलिसांच्या मदतीने तुम्हाला बाहेर काढीन. चला उठा. बोनस घ्या. घरी जा, जरा मजा करा. मी मात्र तासभर थांबणार आहे.”
केबिनमधून साहेबांनी घालवल्यावर दामले महादेवकडे आले.
“हे बघ महादेव, साहेबांनी आता काम करू दिलेलं नाही म्हणून कामाचं महत्त्व काही कमी होत नाही. मी आता काम घरी नेलं असतं, पण आज घरी मंगळागौर आहे. आपल्याला तो बायकांचा धिंगाणा सहन होत नाही. मी रात्री ऑफिसात येणार आहे. मला ऑफिसच्या तेवढ्या किल्ल्या घरी आणून दे.”
रात्रीचे नऊ वाजले होते. महादेव आज खूष होता. सगळं त्याच्या मनासारखं झालं होतं. चष्मे बदलले होते. कसे कुणास ठाऊक, दृष्टिकोन बदलले होते! ढालीची विरोधी बाजू एकमेकांना समजली होती. आता दामल्यांना किल्ल्या पोचवायच्या, मस्तपैकी सिनेमा पाहायचा. मग-?
महादेव दामल्यांकडे पोचला. अपेक्षेपेक्षा दामल्यांचं घर चांगलंच मोठं होतं. घरात धमालही चिक्कार चालली होती. महादेव उभा राहून कंटाळला, पण तिथे जमलेल्या एकाही महामायेने त्याची चौकशी केली नाही. शेवटी एका लहान मुलाने लांबूनच दामल्यांची खोली दाखवली.
खोलीचं दार बंद होतं. महादेवने ते ढकललं आणि पुढची गंमत पाहून तो चाट पडला. दामल्यांच्या डोळ्यांवर खाडिलकरचा चष्मा होता. मधल्या दाराला ड्रिलिंग मशीनने भोक पाडण्याचा दामल्यांचा उपद्व्याप चालू होता.
महादेवकडे पाहत दामले म्हणाले,
“अरे मार गोळी! ऑफिस गेलं जहन्नमध्ये. इकडे बघ, नाच, गाणी, फुगड्या-गोकुळ! हा यमुनातीर सोडून त्या कंसाच्या दरबारात येतो कोण?” एवढं बोलून दरवाजाला ड्रिलिंग मशीनने भोक पाडून त्याला एक डोळा लावून दामलेबुवा मधल्या घरात रंगलेलं यमुनातीर पाहू लागले.

★

ब्लाऊज

ऑरगंडीच्या कापडाचा शेवटचा चोळीफॅशन ब्लाऊज शिवून झाल्यावर एस्. कांतने सुटकेचा नि:श्वास टाकला. दोन्ही हातांनी तो ब्लाऊज समोर धरून पाहताना तो आपल्या कौशल्यावर खूष झाला. सुनेत्रेच्या अंगावर तो ब्लाऊज फिट्ट बसणार होता. अवयवांचं सौंदर्य वाढवणार होता. सुनेत्रेची आठवण झाल्यावर कांत चपापला, लाजला! तिच्या अंगाला मापं घेताना झालेले स्पर्श आठवले. पुन्हा तो शहारला. वास्तविक अंगावरून माप घेण्याची ही त्याची पहिली वेळ नव्हती.

'एस्. कांत, लेडीज स्पेशॅलिस्ट' हा बोर्ड दुकानावर लावून एक वर्ष झालं होतं आणि तेव्हापासून नवीन ऑर्डर मिळाली नाही असा एकही दिवस गेला नव्हता! तरी पण सुनेत्रेची गोष्ट वेगळी होती. तो स्पर्श निराळा होता. त्या स्पर्शाला निराळा अर्थ होता. आव्हान होतं. आमंत्रण होतं. सुनेत्रा एक बाई आणि कांत टेलर एवढंच नातं उरलं नव्हतं. दुकानाच्या पायऱ्या उतरता उतरता सुनेत्रेने जो कटाक्ष टाकला त्याचा अर्थ कांतलाच समजला असं नाही, तर फक्त काजं, गळा करणाऱ्या एवढ्याशा शंकरलाही काहीतरी निराळं वाटलं होतं! मनासारखं काम झालं होतं. कांत खूष झाला होता. स्वत:वर, ऑरगंडीच्या ब्लाऊजवर आणि सुनेत्रेवरही! उद्या सुनेत्रा येणार होती आणि तिच्या नजरेतील आव्हानाचा स्वीकार करून कांत शिलाईचा हिशेब निराळ्या तऱ्हेने चुकता करून घेणार होता.

शो-केसमध्ये अग्रभागी नवीन ब्लाऊज लावून कांतने दुकान बंद केलं. दुकानात अंधार झाला. काही वेळ शांततेत गेला आणि मग ब्लाऊजच्या शो-केसची सरकती काच सरकवली गेली. कापडांची सळसळ सुरू झाली. हँगर आपटल्याचे आवाज येऊ लागले. नंतर चिडलेल्या आवाजात बोलणंही ऐकू येऊ लागलं. क्रेप सिल्कचा ब्लाऊज चिकनच्या ब्लाऊजला म्हणाला,

"त्या ऑरगंडीला बाहेर फेकून दे."

"का?" चिकनने विचारलं

"आपल्यात शोभत नाही, आपली पत कमी होते."

“कशी काय?”
कटवर्कच्या ब्लाऊजने विचारलं.
“त्याचं शील चांगलं नाही.”
क्रेप सिल्क म्हणाला,
“एक तासापूर्वी तो आपल्यात आला. लगेच त्याचं शील तुला कसं समजलं?” नायलॉन ब्लाऊजने विचारलं.
“कारण माझे डोळे उघडे आहेत. परवा त्याची मालकीण इथं आली. अंगावरून सर्रास मापं घेणारा आपला मालक. पण त्या बयेची हालचाल पाहून तो पण बिथरला. म्हणून म्हणतो त्याला फेकून द्या.”
सगळ्या ब्लाऊजेसनी एकच गिल्ला केला. कटवर्कचा ब्लाऊज म्हणाला,
“मी त्याला खेचून फेकला असता. पण काय करू? मी बिनहातांचा ब्लाऊज आहे.”
ऑरगंडीचा ब्लाऊज खदखदून हसला. बनारसी खणाने त्याला चिडून विचारलं,
“लाज नाही वाटत आणखी वर हसायला?”
लोनचा ब्लाऊज म्हणाला,
“अहो, त्या ब्लाऊजने लाजावं अशी तुम्ही अपेक्षा तरी कशी करता? निर्लज्जपणा हेच तर त्याचं भांडवल! त्याची मालकीण कोण आहे ते मघाशीच क्रेप सिल्कने नाही का सांगितलं?”
“छे छे, त्याला हुसकायलाच हवा. मला जरा पुढं सरकू द्या. माझे हात लांब आहेत. कोपराच्याही पुढं. त्याला मीच हाकलतो.” दोरव्याचा ब्लाऊज म्हणाला.
“तुम्ही कुणीही त्रास घेऊ नका. मी आपण होऊन जातो. कारण तुमच्या रांगेत बसल्यामुळे माझाच अपमान झालाय.”
“ह्या ऐका चोराच्या उलट्या!” सॅटीनचा ब्लाऊज म्हणाला.
“चोराच्या उलट्या हे बरोबर बोललात. पण चोर कोण ह्याचा खुलासा करा.” ऑरगंडी चेष्टेच्या सुरात म्हणाला.
“तूच चोर!” नायलॉन-सॅटीन-क्रेपसिल्क सगळे ओरडले.
हिरिरीने ऑरगंडी म्हणाला,
“झूट! तुमच्या माझ्यात काहीच फरक नाही. प्रामाणिक असाल तर उत्तर द्या. उंचीपासूनच सुरुवात करू. माझी उंची चौदा इंच आहे आणि तुम्हा सगळ्यांची उंची माझ्यापेक्षा अर्धा-पाऊण इंचाने कमीच आहे. आता बोला! आपण सगळे एकाच उंचीवर की नाही?”
सगळे गप्प झाले. अपवाद म्हणून कोपऱ्यातून आवाज आला,
“माझी उंची एकोणीस.”

"काँग्रॅच्युलेशन्स!"
"द्यायलाच हवीत. मी चोळीफॅशनचा नाही. माझं कापड जाडं आहे, उंची जास्त आहे.
माझी मालकीण हल्लीच्या काळातली, पण तिने अजून स्वत्व सोडलेलं नाही."
"एक अपवाद सोडा, पण बाकीचे माझ्यासारखे." ऑरगंडी म्हणाला.
"हा आमचा अपमान आहे."
टाफेटा सिल्क रागाने लाला झाला. ऑरगंडी पुन्हा म्हणाला,
"उगीच चिडण्यात अर्थ नाही. मघाशी उंची पाहिली. आता कापडाची जाडी पाहू. आपण पारदर्शक नाही हे कुणीही छातीवर हात मारून सांगावं. प्रत्येकाने स्वत:ची
फॅशन पाहावी. गळ्याचा आकार पाहावा. आमच्या शेजारचेच हे महाशय पाहा. जेवढा गळा पुढं कापलाय तेवढाच मागं कापलाय. नाव काय तर म्हणे, 'व्ही-शेप!' त्याशिवाय खांदे उघडे. ह्यापेक्षा कण्वांच्या आश्रमातल्या शकुंतलेची काचोळी बरी."
"आम्ही हे सारं इकॉनॉमी म्हणून करतो." कटवर्क उसळून म्हणाला.
"साफ खोटं. म्हणे कापड कमी लागतं! इकॉनॉमी! चार लोकांनी टक लावून पाहावं म्हणून करतो असं सरळ सरळ का नाही कबूल करत? पण ते नाहीच जमायचं. तुमच्यात तेवढं धैर्य नाही. प्रामाणिकपणा नाही. त्यापेक्षा माझी मालकीण बरी! सरळसरळ बिझनेस करते."
"शट अप्! फार बोलायला लागलास. पाऊण वारात ब्लाऊज व्हावा म्हणून आम्ही असं करतो. पैसे वाचतात ..."
"पोटाला पडलेल्या घड्याही लोकांना दिसतात. बचत होते ह्या निव्वळ थापा. कापडं आठ-आठ रुपये वाराची घ्यायची. थापाडे लोक! दुसऱ्याच्या शीलाबद्दल आरडाओरडा करायचा. आपल्या फॅशन्स एकदा आरशात पाहा. दादर-गिरगावासारख्या मध्यमवर्गीय, कुटुंबवत्सल वस्तीच्या भागात शिंपी 'लेडीज स्पेशल' बोर्ड लावू शकतो, ह्यात सगळं आलं. नवरेलोकांच्या देखत बायका शिंप्याला मापं घेऊ देतात, पोटाला-कमरेला स्पर्श करू देतात, शिंपी फॅशनची चौकशी करू शकतो, बटणं मागं हवीत का पुढं, हे निर्लज्जपणे विचारू शकतो. गळा एवढा लहान नको, बटणांऐवजी हुक वापरतो, असले चावट सल्ले देतो आणि नंदीबैल नवराही ब्लाऊजमधलं आपल्याला काही कळत नाही असं म्हणून पदर खाली टाकून शिंप्यासमोर उभ्या असलेल्या बायकोकडे पाहून फिदीफिदी हसतो. ह्या सगळ्यांचा अर्थ काय?"
बोलता-बोलता त्वेषामुळे ऑरगंडीने शेजारच्या ब्लाऊजचा गळा धरला.

"माझा गळा सोड. मला तुमच्यात नका ओढू. मी साधा आहे. अगदी बंद गळ्याचा."
"चोरा, तू साधा काय! पाठीमागच्या बाजूला बदामाच्या आकाराचं मोठं भगदाड कशाला ठेवलंय ते! तूही त्यातलाच! सगळे अंगचोर. कुणी पोटाच्या वळकट्या दाखवतो तर कुणी आख्खी पाठ दाखवतो."
ऑरगंडीच्या आक्षेपावर बाकीच्यांजवळ मुद्दे नव्हते. मुद्दे संपल्याने प्रकरण गुद्यावर आलं. सगळेजण ऑरगंडीवर तुटून पडले.
आज सुनेत्रा ब्लाऊज न्यायला येणार म्हणून कांत ठेवणीतले कपडे घालून दुकानावर आला आणि दुकान उघडताच त्याच्या डोळ्यांपुढे काजवे चमकले. सर्वत्र ब्लाऊज विखुरले होते. हँगर्स पडले होते. काही ब्लाऊज उसवले होते. काहींचे हात निघाले होते. सर्वांत दुर्दशा झाली होती ती सुनेत्रेच्या ब्लाऊजची! कांत रडायच्या बेताला आला. शंकरही स्तंभित झाला.
"मालक, उंदरांचा प्रताप! नवीन कपाटं घ्यायलाच हवीत.
"बाकीचे ब्लाऊज नीट होतील, पण ह्या ब्लाऊजचं काय करायचं? ती बाई आज येणार. नेमका हाच ब्लाऊज बरा उंदरांना सापडला".
डोळे मिचकावीत शंकर म्हणाला,
"उंदरांनाही बरीच समज आलेली दिसतेय. नेमका ब्लाऊज निवडला."
कोपऱ्यातला ब्लाऊज पाहत कांत म्हणाला,
"हाच कसा वाचला पाहा."
एकोणीस इंच उंचीचा ब्लाऊज गर्वाने फुगला. संस्कृतीचा अभिमान बाळगणारी माणसं उंदरांनाही आवडतात असं सांगायचं त्याच्या अगदी ओठांवर आलं होतं. पण खरा प्रकार सांगून कुणाला पटला नसता. तो आणखीन फुशारून गेला. सगळ्यांकडे त्याने तुच्छतेने पाहिलं. त्यांना योग्य ती शिक्षा झाल्याबद्दल त्याला समाधान वाटलं. तेवढ्यात कांतने त्याला बाहेर काढलं. नंतर कात्री घेऊन त्याने पाच इंचांचा पट्टा कापून टाकला आणि त्याचीही उंची कमी केली.
"आत्ताच ती बाई भेटली होती. तिनेच चोळी फॅशनचा करायला सांगितलंय."
"मग आधीच का नाही सांगितलं? आता नुसती उंची कमी करून शेप चांगला येणार नाही."
"अरे, तिच्या सासूबाई इथं आल्या होत्या. त्या गावाला गेल्या परवाच. आता चोळी फॅशन शिवायला कुणाची भीती नाही म्हणत होती."
हातशिलाईसाठी कांतने तो सुधारलेला ब्लाऊज शंकरच्या अंगावर टाकला, पण मध्येच तो ऑरगंडीजवळ पडला. दोघांची उंची एकच झाली होती!

★

ब्रह्मदेवाचा बाप

प्रत्येकाने ज्याची आतुरतेने वाट पाहावी तो शनिवार उजाडला होता- नव्हे, तो अर्धा संपलाही होता. एक वाजल्यापासून प्रत्येकाला ऑफिसबाहेर पडायचे वेध लागलेले होते. आता परांजपे, पटवर्धन, शिरगावकर वगैरे पत्ते कुटायला मोकळे झाले होते. लाटकर, पुरंदरे पुण्याच्या गाडीकडे पळाले होते. नाईक, साटम, वेलणकर हे तिघेजण क्लबकडे धाव घेऊन, चेंडू फुटेपर्यंत पिंगपाँग खेळणार होते.

ऑफिसात शुकशुकाट झाला होता. केबिनमध्ये राहिले फक्त राइलकरसाहेब! त्यांची खरी कामं शनिवारी ऑफिस सुटल्यानंतर चालत. ड्राफ्ट बदलणं, ह्या कानाचं त्या कानाला कळू न देता योग्य त्या फायली गहाळ करणं, नको असणाऱ्या माणसांची बदली घडवून आणणं असल्या हातखंडा प्रयोगासाठी ते 'प्रेक्षक' जाण्याची वाट बघत शनिवारची दुपार ऑफिसात काढत असत आणि ह्या सर्वांतून स्वतःच्या वरच्या जागेची सोय पाहणं, हा एक भाग असायचाच! एक महत्त्वाची फाईल हातावेगळी करून ते स्वतःशीच म्हणाले, 'मिस्टर मानकर, बसा आत सावकाश कोकलत! माझी स्वतःची फाईल वरपर्यंत पोचेल तेव्हाच तुझ्या ह्या फायलीला बाहेरची हवा लागेल! जोशीने काम कसं चोख केलं. नेमकी आपल्या हातात फाईल पोचली. बाकी योजना कुणाची होती म्हणा! सोळा वर्षं खाली मान घालून नोकरी केली ती काय प्रामाणिकपणा फार होता म्हणून होय? हुं:! नावाचा बापूसाहेब राइलकर आहे हा! आज इतकी वर्षं त्याची मान खाली होती ती कुणाच्या तंगड्या कुठं अडकल्या आहेत हे पाहण्यासाठीच! त्याचा फायदा आता- चाळिशी उलटल्यावर मिळतोय. पण बघा लेको! आता एकालाही मान वर करायची ताकद व्हायची नाही. आता ह्या राइलकरच्या कारवाया बघण्यासाठी, चकित होण्यासाठी, हाताची बोटं तोंडात न्यायला रिकामी ठेवा! ब्रह्मदेवाचा बापच उतरला पाहिजे माझ्या ह्या भानगडी निस्तरण्यासाठी!...'

सगळं काम चोख झालं होतं. बदलीचा हुकूम हातात पडल्यावर सोमवारी

मानकरचे डोळेच फिरणार होते. बदलीची कांडी कुणी फिरवली हे पाहण्यासाठी तो जंग-जंग पछाडील. जोशीही अचंब्याने विचारील, 'साहेब, हे कसं काय साधलंत?' आणि ह्यावर जोशीला एवढंच उत्तर मिळेल - 'ते ब्रह्मदेवाचा बाप आला तरी त्यालाही कळणार नाही!'

तेवढ्यात दारावर टकटक आवाज झाला. 'आता कोण आलं बुवा?' - असं स्वत:ला विचारीत आणि चपळाईने मानकरची फाईल ड्रॉवरमध्ये टाकीत राइलकर म्हणाले, ''यस्! कम इन!''

त्याचबरोबर एक गृहस्थ आत आला. राइलकर त्याच्याकडे पाहतच राहिले. कुणीही पाहत राहावं अशीच ती वल्ली होती. त्याची उंची किमान पावणेसात ते सात फूट तरी असावी. डोळे अत्यंत भेदक होते. शरीरयष्टी मजबूत होती. एकूण व्यक्तिमत्त्व जबर होतं. कुणीही थोडा वेळ टरकून जावं असाच तो ठसठशीत प्राणी होता. पण राइलकर निश्चल होते. गेली साडेसात वर्षं हेडक्लार्कच्या खुर्चीला चिकटलेला तो मुरब्बी माणूस केवळ अचाट व्यक्तिमत्त्वाला असा टरकेल होय?

''कोण हवंय?'' त्यांनी त्या गृहस्थाला विचारलं.

''तुम्हीच!'' तो उत्तरला.

''ऑफिस बंद झालं आहे आणि अपॉईंटमेंट घेतल्याशिवाय मी इथं कुणाला भेटत नाही.'' राइलकर काहीसे चिडून म्हणाले.

''पण मी भेटतो ना!'' असं म्हणत तो गृहस्थ चक्क राइलकरांच्या समोर येऊन बसला. बसल्यावरसुद्धा त्याचं डोकं राइलकरांपेक्षा चांगलं एक-दीड फूट वर दिसत होतं.

राइलकर भडकायचेच, पण मानकरचा निकाल लावलेला असल्यामुळे आज ते जरा खुषीत होते. शिवाय त्यांना त्या व्यक्तीबद्दल विलक्षण कुतूहल वाटत होतं. त्यामुळे त्यांनी शांतपणे विचारलं,

''आपलं नाव?''

''मी? - ब्रह्मदेव!'' तो गृहस्थ उत्तरला.

''तुमचा पेपर यायचाय अजून.'' राइलकरांचा पेशा बोलला.

''मी पेपर पाठवलेलाच नाही.'' ब्रह्मदेव किंचित हसून म्हणाला.

''मग नुसतं भेटून कधी काम होत नाही माझ्याकडे.'' राइलकर आढ्यतेने म्हणाले.

''तुमची कामाची पद्धत मला माहीत आहे. गेल्या महिन्यात देशपांडेचं काम निव्वळ फोनवर झालं!'' ब्रह्मदेव म्हणाला.

''आँ? तुम्हाला कसं कळलं?'' राइलकरांनी चमकून विचारलं.

“मी ब्रह्मदेव आहे म्हणून!”
“फालतू बोलू नका. मला वेळ फार थोडा आहे.”
“तो वेळ मी अजिबात बंद करू शकेन.” ब्रह्मदेव शांतपणे म्हणाला.
“कोण तुम्ही? कशावरून बोलता हे?”
“मी ब्रह्मदेव! खरा ब्रह्मदेव! तुझ्यासकट ही चराचर सृष्टी माझी आहे! तुला ह्या एवढ्याशा केबिनचा गर्व! मग मी तर साऱ्या पृथ्वीचा मालक आहे!”
“आजची हातभट्टी चांगलीच कडक दिसतेय!” राइलकर न गडबडता म्हणाले.
“कळेल, तेही कळेल.”
“रायटिंगमध्ये प्रूव्ह करा.” राइलकर.
“ते मी कशाला करायला हवं? आत्ताच टेबलाच्या खणात ठेवलेली मानकरची फाईल पाहा.”
“असं! बराच वेळ फटीतून पाहत होता वाटतं?” राइलकरांनी स्पष्ट विचारलं.
“मला इथं बसून सगळं दिसतं. फटीची गरज मला नाही! ते काम दोनच डोळे दिलेल्या मानवाचं. अंतर्मनाच्या इशाऱ्याला न जुमानता पाप करणाऱ्या माणसांनी फटीतून पाहावं.” ब्रह्मदेव उत्तरला.
“चोरून पाहणं हे पाप आहे ना?” राइलकरांनी कावेबाजपणे विचारलं. ब्रह्मदेव ‘हो’ म्हणाला असता की ते त्याला शब्दात पकडणार होते. पण ब्रह्मदेव निर्भयपणे म्हणाला,
“अलबत पाप! एक डोळा फटीला लागतो ते दुसऱ्या डोळ्याला सहन होत नाही म्हणून तो आपोआप मिटतो. मला तसं मुळीच करावं लागत नाही. आता ती ड्रॉवरमधील फाइलच पाहा ना! तिच्यातले महत्त्वाचे सारे कागद पुन्हा कोरे झालेयत!”
ब्रह्मदेवाच्या ह्या बोलण्यावर राइलकरांनी पटकन् ड्रॉवर उघडला आणि भराभरा वरची फाइल उघडली-तो काय? तिच्यातले एकूण एक कागद कोरे करकरीत होते! राइलकरांचा चेहरा एकदम पांढराफटक् पडला. तेवढ्यात ब्रह्मदेव म्हणाला,
“तुझ्या डोक्यावरचा सीलिंग फॅन बघ, आता खाली पडणार आहे!”
राइलकर दचकून एकदम मागे सरकले. ते दूर होतात न होतात तोच वरचा पंखा हळूहळू खाली येऊ लागला. तेवढ्यात ब्रह्मदेवाने नुसता हात वर केला तशी तो पंखा सीलिंगपासून दोन फूट खाली अधांतरीच फिरत राहिला. तेवढ्यात एकाएकी राइलकरांच्या टेबलावरचा फोन आपण होऊन खिडकीतून बाहेर पडला. हे सर्व घडत असतानाच राइलकरांची खुर्ची त्यांच्यासकट ब्रह्मदेवाच्या खुर्चीशेजारी आली. मग त्यांच्या खांद्यावर हात ठेवीत ब्रह्मदेवाने

विचारलं,
''आता तरी काही विश्वास बसतोय का?''
आता सगळे चमत्कार थांबले होते. खिडकीतून बाहेर गेलेला फोन पुन्हा जागेवर आला होता. राइलकरांनी मानकरांची फाईल तपासली. तीही पूर्ववत् होती. मग त्यांनी स्वत:ला सावरलं आणि ब्रह्मदेवाकडे टक लावीत ते म्हणाले,
''नजरबंदीच्या प्रयोगावर चांगलीच कमांड दिसतेय तुमची! छान छान! आता लवकरच आमच्या डिपार्टमेंटचं गॅदरिंग होणार आहे. तेव्हा त्यासाठी काहीतरी विशेष प्रोग्रॅम हवाच होता आम्हाला! तुमचं व्हिजिटिंग कार्ड देऊन ठेवा. म्हणजे कॉन्टॅक्ट करायला बरं पडेल.''
''अजूनही तू मला त्या प्रोफेसर सरकारसारखा जादूगारच समजतो आहेस होय? ठीक आहे! तुला तुझ्या भाषेत समजेल असंच बोललं पाहिजे! मागच्या वर्षीची पेंडिंग फाईल केव्हा काढणार?''
वेड पांघरीत राइलकरांनी विचारलं, ''कोणती?''
''ती! जी दाबून ठेवण्याबद्दल तुला दोनशे रुपयांची देणगी मिळाली ती!''
'असं असं! म्हणजे कुलकर्णीचा पिसाळ झाला तर!' राइलकर मनातल्या मनात म्हणाले. पण त्यावर लगेच ब्रह्मदेव मोठ्याने म्हणाला, ''उगीच कुलकर्णींना दोष देऊ नकोस!''
आता मात्र राइलकरांच्या पायांखालची वाळू सरकू लागली. पण तरीही तो हेडक्लार्कच्या पिंडाचा असामी अजून ब्रह्मदेवाच्या नजरेला नजर देत होता. आता त्यांच्या दृष्टीने तसं काही बोलण्यासारखं राहिलेलंच नव्हतं. मग ते शांतपणे म्हणाले,
''बरं, पण असं काम तरी काय होतं माझ्याकडे?''
''तसं काही खास नव्हतं. फक्त काही बाबतीत तुला 'वॉर्निंग' द्यायला आलो होतो.'' ब्रह्मदेव म्हणाला.
टेबलावरच्या पेपरवेटशी चाळा करीत राइलकर म्हणाले,
''मला 'वॉर्निंग' देणारा इसम अजून या जगात जन्माला यायचाय! आणि तो जरी जन्माला आला असला तरी त्याला ते जमेल की नाही ह्याची शंकाच आहे! कारण जे ब्रह्मदेवाच्या बापाला शक्य नाही ते तुमच्यासारख्या 'नावाच्या ब्रह्मदेवा'ला काय साधणार? तेव्हा तुम्ही आता जाऊ शकता-आणि तुम्हाला जायचं नसेल तर राहा इथे बसून असेच. मी चाललो केबिनला कुलूप लावून! तुमची जी काही नजरबंदी दाखवायची असेल ती नंतर दाखवा. काय समजलात?''

ब्रह्मदेव मात्र खुर्चीवर निश्चल बसून होता. निघताना राइलकरांनी त्याला पुन्हा एकदा विचारलं,

"येणार की बसणार?"

"बसणार!" ब्रह्मदेव थंडपणे उत्तरला.

राइलकरांनी सरळ केबिनला कुलूप ठोकलं आणि एकदाही मागे वळून न बघता ते आपल्या मोटारीपाशी आले. आत बसून त्यांनी आपली मोटार चालू केली. पेडर-महालक्ष्मी अशा मार्गाने जावं, की महंमदअली रोडवर जावं, यावर त्यांनी एकदम ऑपेरा हाऊसच्या दिशेने गाडी वळवली.

मरीन लाइन्सला आल्यावर ते उजवीकडे वळले-आणि काय आश्चर्य! मागच्याच सीटवरून ब्रह्मदेवाने हलकेच विचारलं,

"राइलकर, ही गाडी तुम्ही कशी पैदा केलीत?"

राइलकर एवढे दचकले की मोटारीच्या चाकावरचा ताबा सुटून ते समोरच्या टॅक्सीवरच जाऊन आदळायचे! पण मोठ्या मुश्किलीने स्वत:ला सावरीत त्यांनी ब्रह्मदेवाला उलट विचारलं,

"तुम्हाला त्याच्याशी काय करायचं आहे?"

"मला काहीच करायचं नाही. मी आपलं सहज विचारलं. आणि हो, एक महत्त्वाचं! आता गाडी लॅमिंग्टन रोडवरून जाऊ दे. आणखी साडेपाच मिनिटांनी केम्प कॉर्नरला एक अपघात होणार आहे. त्यात तुम्हाला उगीचच जबाबदार धरलं जाईल. तेव्हा..."

"कोणत्याही आपत्तीतून सुटण्याची कला माझ्याजवळ आहे."

"उद्या ह्या गाडीची नि तिच्या पैशांची चौकशी झाली तर?"

"हो हो!" राइलकर ओरडले.

ब्रह्मदेवाचा सल्ला झुगारून देऊन राइलकरांनी मुद्दाम गाडी केम्प कॉर्नरवर वळवली. पण ब्रह्मदेवाचे भाकीत खरंच ठरायचं होतं. राइलकरांच्या मोटारीनं वळण घेताच त्या चौकात एका बसची आणि टॅक्सीची जोरात टक्कर झाली. पाठोपाठ राइलकरांचीही मोटार त्या गाड्यांवर आदळायची, पण ती थोडक्यात बचावली. राइलकरांचा या अपघातात खरोखरच काहीही संबंध नव्हता. पण हवालदारांनी राइलकरांनाच वेठीला धरलं.

ऑफिसातल्या एकंदर प्रकारांनी राइलकर अगोदरच वैतागले होते. त्यात आणखी ह्याची भर पडली. मघाशी ब्रह्मदेवासमोर त्यांनी जरी आपलं अवसान फारसं गळू दिलं नव्हतं, तरी एकंदर प्रकाराचा विलक्षण ताण त्यांच्या मनावर पडला होता. त्यामुळे मघाचं आत्मसंयमन आता पोलिसांच्या समोर एकदम उफाळून वर आलं. ते अद्वातद्वा बोलू लागले. तेवढ्यात ब्रह्मदेव आला आणि

हवालदाराच्या कानात काहीतरी पुटपुटला. राइलकरांची बिनबोभाट सुटका झाली.

घरी परतायला राइलकरांना चांगलाच उशीर झाला होता. दरवाजा उघडला जाईपर्यंत त्यांनी घंटीवरचं बोट दूर केलं नाही. थोड्या वेळाने दरवाजा उघडला गेला आणि राइलकरांना बेशुद्ध पडायची पाळी आली. त्यांच्या अंगाला दरदरून घाम फुटला. हातापायांना कंप सुटला. जीभ टाळ्याला चिकटली. डोळे वेडेवाकडे फिरू लागले.

दरवाजात राइलकरांची बायको उभी होती!

राइलकरांनी स्वत:ला चिमटे घेतले. कोरड्या ओठांवरून जीभ फिरवली. दहादा डोळे उघडले, मिटले. दारात विमल सजीव अवस्थेत उभी होती, यात काडीमात्र शंका नव्हती! पुढे येऊन तिने आपुलकीने राइलकरांना धरलं, आत नेलं, नीट कोचावर बसवलं आणि ती म्हणाली, ''जास्ती काम करत बसता आणि मग तुम्हाला चक्कर येते. आता अगदी स्वस्थ बसा! मी झकास सरबत करून आणते.''

विमल आत गेली आणि राइलकर पुन्हा घामाघूम झाले. आठच दिवसांपूर्वी विमलचं चौथं श्राद्ध झालं होतं. घसघशीत हार घातलेल्या विमलच्या फोटोकडे पाहावं म्हणून त्यांनी मान वळवली, तो काय? त्यांना पुन्हा आश्चर्याचा धक्का बसला! फोटोला घातलेल्या हाराचाच काय, पण त्या जागेवर असलेल्या खुद्द फोटोचाच पत्ता नव्हता!

''आज तुम्हाला झालंय तरी काय? मघाशी माझ्याकडे टक लावून पाहत राहिलात. आता त्या भिंतीकडेच पाहताय! काय प्रकार तरी काय आहे?'' विमलने विचारलं.

''तुझी प्रकृती कशी आहे?'' घोगऱ्या आवाजात राइलकरांनी विचारलं.

''छान! म्हणजे तुम्हालाच काहीतरी होतंय, आणि तुम्हीच माझी प्रकृती विचारा! काहीदेखील धाड भरलेली नाही मला! सरबत घ्या नि स्वस्थ पडून राहा बघू आता!''

राइलकरांची सगळी मदार आता त्यांच्या मुलांवर होती. त्यांनी घोगऱ्या आवाजात विमलला विचारलं,

''मुलं कुठं आहेत!''

''सिनेमाला गेलीयत. द्रविडांनी पास दिला होता. पण म्हटलं, तुम्ही काही वेळेवर यायचे नाहीत. म्हणून त्या दोघांना पिटाळलं सिनेमाला.''

विमल सगळं व्यवस्थित बोलत होती. मधली चार वर्षं जणू गेलीच नव्हती. विमलला न आवडणाऱ्या अनेक गोष्टी राइलकरांनी घरात आणून टाकल्या

होत्या. पण पाळलेल्या कुत्र्यापासून ह्या सगळ्या गोष्टी आता नाहीशा झाल्या होत्या. त्यांना घरभर हिंडायचं होतं. पण त्यांच्या पायांतली सारी शक्ती जणू संपली होती. तरीही जरा वेळाने ते स्वयंपाकघरात गेले. पण काय आश्चर्य! त्यांनी मुद्दाम तयार करवून घेतलेल्या सिमेंट काँक्रीटच्या भल्यामोठ्या ओट्याचा त्या स्वयंपाकघरात मागमूसही नव्हता! ते पाहतच राहिले. विमलचं लक्ष होतंच त्यांच्याकडे.

"ओट्याची कल्पना आली की काय पुन्हा डोक्यात?" तिने विचारलं.

राइलकरांनी नुसतीच मान डोलावली.

"तसं काही करू नका हं! उभ्याने स्वयंपाक व्हायचा नाही माझ्या हातून. मी मेल्यावर काहीही करून घ्या."

-ह्या दुसऱ्या वाक्याने डोक्यात कुणीतरी हातोडा मारल्याप्रमाणे राइलकर घाईघाईने बाहेर आले. बाहेरच्या खोलीत येऊन पलंगावर झोपले. त्यांची नजर सहज वरती गेली. वरचा सीलिंग फॅन पाहून ते एकदम घाबरेघुबरे झाले आणि घाईघाईने पलंगावरून उतरून जमिनीवर झोपले.

"हे काय बाई काहीतरीच? एवढं उकडतंय तर फरशीवर झोपायचं का? पंखा नाही का? पंखा नाही का लावता येत? मी पंखा लावते!"

"नको!" राइलकर तारस्वरात किंचाळले.

त्याच अवस्थेत राइलकरांना झोप लागली. ते जागे झाले ते मुलांच्या आणि विमलच्या बोलण्यानेच. विमल मुलांना सांगत होती-

"तऱ्हेवाईकपणाच करतायत आज! तुम्ही दोघांनी घरातच असायला हवं होतं."

"पण असं काय केलं त्यांनी?" श्रीधरने विचारलं.

"एक ना दोन! किती सांगायचं! आता हेच पाहा ना! फरशीवरच झोपलेयत."

बायकोप्रमाणे मुलंही आपल्याला मूर्खात जमा करणार ह्या कल्पनेने राइलकर उठायला लागले. पण त्यांना उठवेचना! त्यांना सडकून ताप भरला होता.

राइलकरांना भेटायला रोज माणसं जात-येत होती. पण विमलला पाहून मात्र कुणालाच धक्का बसत नव्हता. राइलकरांची ती विचित्र व्यथा राइलकरांजवळच राहिली. त्यामुळे त्यांचा ताप उतरत नव्हता.

"आता कसं वाटतंय?" विमलने विचारलं.

"बरं वाटतंय. कुणी आलं होतं?"

"दिवाडकर आले होते. तुमचा डोळा लागला होता म्हणून नाही उठवलं."

"कोण? दिवाडकर?"राइलकरांनी काहीसं आश्चर्याने विचारलं.

"हो, दिवाडकरच. इन्शुरन्सचं काम करणारे."

"बरं, काय म्हणाले ते?"

"चक्रमच गृहस्थ दिसला! कितीतरी वेळ माझ्याकडे पाहतच राहिला. नंतर तुम्ही त्या दिवशी ज्या भिंतीकडे पाहत होता ना, तिकडे तो पाहत राहिला. मग म्हणाला, 'राइलकरांची मोटार कुठं आहे?' मी म्हटलं, 'आम्ही कधी मोटार घेतली?"

स्वत:च्या अवस्थेचा विसर पडून राइलकर ओरडले,

"काय? बाहेर आपली मोटार नाही?"

"छान! आता तुम्हाला तरी वेड लागलं असावं, नाहीतर मला तरी."

स्वत:ला सावरीत राइलकरांनी विचारलं,

"बरं, आणखी काय म्हणाले दिवाडकर?"

"काहीतरीच प्रश्न विचारीत होते! मला त्यांनी विचारलं, 'तुमचा कुत्रा कुठं आहे?"

मग म्हणाले, 'तुमचा इथला फोटो कुठं आहे?'

दिवाडकरांच्या तऱ्हेवाईक प्रश्नांमुळे विमल वैतागली होती; पण आपल्यासारखाच आणखी एक गृहस्थ मिळाल्यामुळे आता राइलकरांना पुन्हा हुरूप आला आणि रात्री त्यांचा ताप उतरला.

राइलकरसाहेब आता आठ दिवस ऑफिसला येत नाहीत, ह्या तर्काने ऑफिसवर्ग अगदी मजेत होता. पण त्या दिवशी राइलकरांचं अचानक आगमन झालेलं पाहून मात्र सगळ्यांचा विरस झाला.

राइलकरांनी आल्याबरोबर आकाशपाताळ एक करायला सुरुवात केली. ऑफिसचं नेहमीचं काम सुरू झालं. नेहमीचं वातावरण सर्वत्र पसरलं. तेवढ्यात कुणाचा तरी फोन आला. राइलकरांनी तो ऐटीत उचलला आणि कानाला लावला. पण पलीकडचा आवाज ऐकल्यावर मात्र त्यांचा चेहरा एकदम पांढराफटक पडला.

त्यानंतरच्या सगळ्याच हालचाली विजेच्या वेगाने घडल्या. तासाभरात दोन पोलीस अधिकारी आणि इन्शुरन्स कंपनीचे सेक्रेटरी राइलकरांकडे आले. विमलच्या मृत्यूची खोटी बातमी देऊन त्याला साजेसं कारस्थान पार पाडल्याबद्दल आणि विमा कंपनीला वीस हजारांना फसवल्याच्या आरोपावरून राइलकरांना अटक कण्यात आली.

प्राथमिक चौकशीचं कामकाज चालेपर्यंत राइलकरांना कच्च्या कैदेत ठेवण्यात आलं. आजवर अनेक कारस्थानं केलेल्या राइलकरांना एका निराळ्याच गोष्टीचं वाईट वाटत होतं. फारच निराळ्या कारणासाठी त्यांच्या वाट्याला तुरुंगवास आला होता. हातात डोकं धरून बसलेल्या राइलकरांना कुणची तरी पावलं

वाजल्याचा भास झाला. त्यांनी वर मान करून पाहिलं, समोर ब्रह्मदेव उभा होता, ‘‘काय राइलकर, कसं काय वाटतंय? नजरबंदीची माझी ‘कमांड’ कशी काय आहे.’’

त्याच्या पायांवर लोटांगण घालून राइलकर म्हणाले,

‘‘भगवान, हे असं का झालं?’’

‘‘तू स्वत:ला एवढा निष्पाप समजतोस?’’

‘‘बिलकूल नाही भगवान! मी फार कारस्थानं केली. पण त्यापायी मला तुरुंग मिळायला हवा होता. हे भलतंच काय?’’

‘‘तुझी बाकीची कारस्थानं, कारवाया कधीच उघडकीस येणार नाहीत. परमेश्वर असूनही मी तुझं कौतुक करतो. तुझ्या कामात कमालीची सफाई आहे. एखाद्याच्या गळ्यावर तू सुरी ठेवलीस तरी लोणी ठेवल्यासारखं वाटावं एवढं कसब तुझ्याजवळ आहे. त्या सगळ्या भानगडी केव्हाच उजेडात यायच्या नव्हत्या.’’

प्रत्यक्ष परमेश्वरानेच केलेल्या स्तुतीने राइलकरांना अस्मान ठेंगणं वाटलं. त्यांनी विचारलं,

‘‘हे भाग्यविधात्या, मग हे असं कसं झालं?

ह्या प्रश्नामुळे ब्रह्मदेवाचा सौम्य चेहरा एकदम कठोर झाला. उग्र स्वरात तो म्हणाला, ‘‘तुला जी काय कारस्थानं करायची होती ती तू करायची होतीस. तुझ्या प्रारब्धप्रमाणे तुझी तशीच वृत्ती होती. पण प्रत्येक वेळी माझा - बाप ब्रह्मदेवाचा बाप काढायची काय गरज होती? दिवसातनं हजार वेळा तू माझ्या बापाचा उद्धार करीत होतास! म्हणे ब्रह्मदेवाच्या बापालाही काही कळायचं नाही! अरे वेड्या, असं कधी घडेल का? आम्हाला सारं काही कळणार! पण एवढंच, की मानव जशी संधीची वाट पाहतो तसा परमेश्वरदेखील संधीची वाट पाहत असतो. माझ्या वडिलांचा उद्धार मी किती काळ सहन करायचा? ... ठीक आहे! येतो मी आता. आता तुझी सुटका करायला खरोखरच माझा बाप यायला हवा!’’

तिथल्या तिथं ब्रह्मदेव गुप्त झाला. राइलकरांनी वेगाने समोर धाव घेतली, तशी ते थडाड्कन गजांवर आपटले. त्या आवाजाने पहारेकरी जवळ आला आणि मिशीवर हात फिरवीत राइलकरांना म्हणाला,

‘‘असं डोकं आपटून इथून कुणाची सुटका होत नाही. एवढं सोप नाही ते बच्चमजी! तुझी सुटका करायला आता ब्रह्मदेवाचा बाप जरी आला तरी ते शक्य व्हायचं नाही!’’

★

तो माझी वाट पाहत असेल

मी एकदा जीव द्यायला गेलो होतो. मनाच्या भरकटलेल्या अवस्थेत मी जीव देण्याची जागा शोधून काढली. मन जरी भरकटलं होतं तरी ती जागा सापडून देण्याइतकं ताळ्यावर होतं. पण माझ्या हातून ते घडलं नाही. मी जीव दिला नाही. पण अजून त्या प्रसंगाची आठवण झाली की माझा कशावर विश्वास बसत नाही. मला 'शून्यावस्था' प्राप्त होते. तिथं मला जी व्यक्ती भेटली ती माणूसच होती की 'पैशाच्चिक' प्रकार होता, त्याचा मला उलगडा होत नाही. क्षणभर तर मला भ्रम होतो, की मी खरोखरीच तिथे कधी काळी जीव द्यायला गेलो होतो की नव्हतो! - एवढा मी भारावून जातो. तिथलं वातावरण, गडद काळोख, तो उंच कडा, त्याच्याच शेजारची खोल दरी, माऊथ ऑर्गनचा काहीसा भेसूर सूर आणि ती अजब व्यक्ती. त्या गोष्टीचं दडपण अजून माझ्या मनावर आहे - अजून!

जीव देण्यासाठी मी निवडलेली जागा म्हणजे एक उंच कडा होता. त्याच्याच शेजारी एक खोल दरी होती. खोल! डोळे फिरविणारी! आणि म्हणूनच ते स्थळ आमच्या गावचं एक भूषण झालं होतं. तो उंच कडा व ती खोल दरी पाहायला आसपासचे लोक येत असत, त्याचप्रमाणे काहीजण जीव द्यायला पण तिथंच येत असत. एखाद्याने मुद्दाम जीव दिला तरी तो पाय घसरून पडला असेल असा पाहणाऱ्याचा समज होई. त्या दृष्टीने जीव देण्यासाठी ती योग्य जागा होती. मी पण तीच जागा पसंत केली होती.

मिट्ट काळोख पडला होता. रात्रीचे साडेनऊ-दहा वाजले होते. ते स्थळ आता निर्मनुष्य झालं असणार ह्या खात्रीने मी त्या ठिकाणी पोचलो. मी निवडलेली तीच जागा ह्याची खात्री पटल्यावर थोडा काळ मी तिथेच उभा राहिलो आणि मग मनाचा हिय्या केल्याप्रमाणे मी कड्याच्या टोकाकडे धावत सुटलो. जणू काय जीव देण्याच्या विचारापासून परावृत्त होण्याच्या आत मला माझा देह त्या दरीत लोटायचा होता. मी अगदी टोकाला पोचलो आणि कुणाची तरी घट्ट पंजाची पकड माझ्या मानेवर बसली व मी मागे खेचला गेलो.

-मी चिडलो! वैतागलो! अगदी शेवटच्या क्षणाला एवढा माझा पुळका आला? ज्या जगाला एका माणसाला कसं जगवावं हे कळत नाही, त्या जगाला त्या माणसाला मरू नको म्हणून सांगण्याचा काय अधिकार आहे? - हाच विचार माझ्या डोक्यात आला.
''नका-नका! मला कोणीही अडवू नका. मी मरणार आहे. मी मरणार आहे. जगण्यासारखं माझ्याजवळ काही नाही!'' मी मोठ्याने ओरडलो.
कोणीतरी गंभीर आवाजात म्हणालं,
''भल्या गृहस्था, तू खुशाल मर. जग किंवा मर, हे तुला सांगणारा मी कोण?''
मी रोषाने विचारलं, ''मग तू कोण आहेस? काय नाव तुझं?''
त्यावर तो शांतपणे म्हणाला,
''मरायला निघालेल्या माणसाला नावाची उठाठेव कशाला? मी कोणी का असेना. दोनच मिनिटांनी त्या विशाल दरीत तू दरीचाच एक भाग होऊन पडणार आहेस. मग तुला माझं नाव कशाला हवं?''
थोडासा स्तंभित होऊन मी विचारलं, ''मग तुला हवं तरी काय?''
माझ्या सदऱ्याच्या बाहीवरून हात फिरवीत तो म्हणाला, ''योग्य प्रश्न विचारलास. तुझ्या अंगातला सदरा रेशमी दिसतो आहे. हाताला गुळगुळीत लागतोय?''
मी तुटकपणे विचारलं, ''मग, त्याच्याशी तुला काय करायचं आहे?''
निर्विकारपणे तो म्हणाला, ''तुला तरी ह्याचा काय उपयोग? तू तर आता मरणारच ना? त्या कड्यावरून उडी घेतल्यावर ठेचाळत-ठेचाळत त्या दरीत पडशील. हा भारी सदरा फाटून जाईल. तेव्हा एवढा सदरा मला काढून दे व मग खुशाल उडी टाक. मी तुला अडवणार नाही.''
''तू घालशील हा सदरा?'' मनाची चलबिचल लपवीत मी विचारलं.
''छा:! मला गरिबाला रेशमी सदरा काय करायचा आहे? मला माझा फाटका गंजिफ्रॉकच बरा आहे. तेवढेच एक-दोन रुपये माझ्या पोरांना होतील.''
''तुला मुलं आहेत?''
''नसावीत काय?''
''मग आता मुलांना सोडून एवढ्या रात्री तू इथे कशाला आलास?''
''जीव द्यायला निघालेल्या माणसांच्या वस्तू मागायला!'' तो रुक्षपणे म्हणाला.
''छे! खरं नाही वाटत हे!'' अविश्वासाच्या स्वरात मी म्हणालो.
''अहो राव, जगात खूप गोष्टी खऱ्या वाटत नाहीत. तुम्ही कधी काळी जीव द्याल असं मागे कुणी सांगितलं असतं तर तुम्हाला ते खरं वाटलं असतं

काय? जाऊ दे! सदरा काढून देता ना?''
-मला थोडी चीड आली. मी इकडे जीव द्यायला निघालो आहे आणि हा निर्लज्जपणे मला अडवून माझ्या वस्तू मागतो आहे. काय माणूस आहे हा? आपण उडी टाकण्यापेक्षा ह्यालाच इथून ढकलून द्यावा असा मोह मला माझ्या तसल्या मन:स्थितीतही होऊ लागला. त्याच्याकडून सुटका करून घेण्याच्या निमित्ताने मी सबब मांडली,
''वा वा! मी काय उघडा होऊन मरू काय?''
पण तो आणखीन वस्ताद निघाला. जिद्दीला पेटल्याप्रमाणे त्याने विचारलं,
''अरे बाबा, तू जीव दिल्यानंतर, तुझं प्रेत सापडल्यावर पोलीस ते फाडून बघतील. ते तुला समजणार आहे काय? आणि तू जन्माला आलास तो काय सदरा घालून?''
आपलं प्रेत फाडलं जाणार ही कल्पना मला सहन होईना. कड्यापासून दूर होत मी म्हणालो,
''तू एक और प्राणी दिसतो आहेस! अशी जात मी पाहिली नव्हती!''
''तू काहीच न पाहता चालला आहेस! आत्महत्या करायला निघालेल्या माणसांच्या वस्तू मागून घेऊन, त्या विकून, मी जीवन मजेत घालवतो आहे. आयुष्यातली गोडी चाखतो आहे, कडवटपणा पचवतो आहे आणि रेशमी सदरा घालायची ज्याची ऐपत तो तू जीव देतो आहेस! मग और जात माझी की तुझी? पण ते जाऊ दे. मला जास्त खोलात शिरून काय करायचं आहे? सदरा काढून देतोस ना?''
खरोखरच त्या जातीचा माणूस पाहिल्यावर मला माझ्यातला दुबळेपणा जाणवला.
कुतूहलाने मी विचारलं,
''तुझा हाच व्यवसाय का?''
माझ्या प्रश्नाकडे दुर्लक्ष करीत तो म्हणाला,
''आणखीन तुझ्याकडे काय आहे रे मला द्यायला?''
माझ्याकडील वस्तूंचा प्रामाणिकपणे अंदाज घेत मी म्हणालो,'' माझ्याकडे एक सायकल आहे!''
''अरे वा! तुझ्याकडे सायकल पण आहे का? मग माझी चैनच झाली म्हणायची!''
जणू काय ती सायकल त्याला मिळालीच अशा आविर्भावात तो म्हणाला.
''सायकल घेऊन तुला काय करता येणार आहे?''
''अरे, पुष्कळ करता येईल. गल्ल्यागल्ल्यांतून 'कल्हईवाला' असं ओरडत

हिंडता येईल. सकाळ-संध्याकाळ वर्तमानपत्रं विकता येतील. एखाद्या लाँड्रीवाल्याशी करार करून घरपोच कपडे देता-नेता येतील. काय वाटेल ते करता येईल. मरण्यापेक्षा 'कसंही जगण्या'चा मार्ग उत्तम! कधी तरी ऊर्जितावस्था येईल. मृत्यूत ती पण आशा नाही. पण जाऊ दे. मी माझ्या युक्त्या सांगणार नाही. सदरा काढतोस ना? आणि सायकलचं काय झालं?''

-मला उत्तरादाखल काहीच बोलता येईना. त्या व्यक्तीचा चेहरा पाहण्याची मला अनिवार इच्छा झाली. मी त्याला ओढीत म्युनिसिपालिटीच्या कंदिलाखाली नेलं.

''मला तुझा चेहरा तरी नीट पाहू दे!''

''का रे, तुझा जीव देण्याचा विचार बदलला वाटतं? माझा सदरा आणि सायकल गेलीच म्हणायची! अरेरे, पुन्हा मागची पुनरावृत्ती!''

''मागं काय झालं होतं?'' हळूहळू माणसात येत मी विचारलं.

''एक बाई अशीच जीव द्यायला आली होती. तिचा प्रेमभंग झाला होता. मूर्ख साली! तिच्या पायांत सुंदर सॅण्डल्स होत्या. मी त्या मागताच तिने त्या काढून दिल्या. पण त्या वेडीला नीट उडीच मारता आली नाही. तिथेच खाली एका झुडुपात अडकली व मग लागली केकाटायला! मीच वाचवली तिला! तेवढ्याच यातनेवरून तिला मृत्यूची भीषणता जाणवली असावी. तिचा जीव देण्याचा विचार बदलला व मग माझे आभार मानीत ती परत फिरली. माझ्या सॅण्डल्स मात्र बुडाल्या. चांगले दोन-तीन रुपये मिळाले असते!''

-मी थक्क होऊन त्या व्यक्तीकडे पाहू लागलो. एका बाईचा जीव वाचला त्याच्या आनंदापेक्षा त्याला सॅण्डल्स बुडाल्याचं दुःख वाटत होतं. त्याच्या तुटलेल्या उजव्या हाताकडे माझं लक्ष जाताच मला आणखीन एक आश्चर्याचा धक्का बसला.

''अरे तुला एकच हात आहे वाटतं?''

''हो! ती एक मजाच झाली! काही दिवसांपूर्वी गरिबीला कंटाळून एक हात गाडीवाला इथे जीव द्यायला आला. हातगाडी इथेच टाकून त्याने जीव दिला. ती हातगाडी मग मी वापरली. पण इथे कुणा लेकाला सवय होती? चौदाव्या दिवशीच अपघात झाला. ट्रकखाली सापडलो. उजवा हात गेला.''

तो हकीगत सांगताना त्याचं लक्ष माझ्या पेनकडे गेलं.

''अरे वा, तुमच्याकडे पेन पण आहे का? छान छान! ते पण मला होईल! डाव्या हाताने मी आता लिहायला शिकलोच आहे!''

मी त्याच्याकडे बावचळून पाहू लागलो. माझ्या नजरेचा अर्थ त्याने ओळखला असावा.

''मिस्टर, जीवन जगण्यासाठी आहे. मरायचं तर आहेच. ते कुणाला टळणार

आहे! विजयी होण्यापेक्षा यशस्वी रीतीने झुंजण्यालाच महत्त्व आहे. क्षुल्लक गोष्टी न मिळाल्याने माणसं जीव देतात. मजा आहे झालं! आपल्याजवळ ज्या गोष्टी आहेत त्या त्यांना विशेष वाटतच नाहीत!''

त्याचे विचार मला पटू लागले. बेकारीच्या यातना व जीवनातली इतर दु:खं फक्त मीच सहन करतो आहे असा मला अभिनिवेश होता. माझं मन फार हळवं आहे, माझ्याइतकं दु:ख कोणीच सहन केलेलं नाही, या प्रौढीत मी होतो आणि म्हणूनच दु:खाची परमावधी झाली असं जेव्हा माझ्या मनाने घेतलं तेव्हा मी जीव द्यायला आलो. पण ह्या सर्व गोष्टींकडे कवडीमोलाच्या किंमतीने बघणारा माणूस मला भेटला होता. माझी संकटं मला काल्पनिक वाटू लागली, दु:खं बेगडी वाटू लागली. तो पुढे सांगू लागला,

''एक अठरा वर्षांचं पोरटं! परीक्षेत नापास झालं म्हणून मरायला आलं इकडं. त्याला पाहून मला त्याची कीव आली. बडे बापका बेटा दिसत होता! हातात घड्याळ होतं, 'सॅण्डो' कंपनीचं! मी ते मागताच त्याने मला काढून दिलं. पण त्याला परावृत्त करण्याच्या दृष्टीने मी म्हणालो,

'हा वेडेपणा करू नकोस!''

'माझा बाप उलट्या काळजाचा आहे. मी नापास झालो हे कळताच मला घरातून हाकलून देईल.'

'तरीसुद्धा तू जीव दिलास तर त्याला धक्का बसेल.'

'शक्य नाही!'

'परीक्षा बघायची आहे?'

'अवश्य!'

'मग तू तिथंच लपून बैस. तुझ्या बापाला मी खोटंच जाऊन सांगतो की तू जीव दिलास म्हणून. बघ तो कसा छाती पिटीत येतो ते!'

तो लपून बसला व त्याने दिलेल्या पत्त्यावरून मी त्याच्या घरी गेलो आणि खरोखरच त्याचा बाप व इतर नातेवाईक माझ्यापाठोपाठ धावत आले. बाप तर ऊर बडवीत खाली उतरण्याची तयारी करू लागला. शेवटी त्या मुलाला तो प्रकार बघवेना. तो मग बाहेर आला व त्याने त्याच्या वडिलांचे व माझे पाय धरले. माझ्यामुळे मुलगा वाचलेला पाहून त्याच्या बापाने तिथल्या तिथे दहाच्या पाच नोटा काढून मला दिल्या. फार भला माणूस! खूप दिवसांनी माझ्या घरात दिवाळी साजरी झाली. त्या मुलाने आता चौकात मोठं दुकान घातलं आहे. अजून मला तिथे एक 'सिंगल' मोफत मिळतो.''

-मी आता खालीच बसलो. माझ्याकडे पाहत, गालातल्या गालात हसत तो म्हणाला,

"तुझा प्रेमभंग झालेला दिसतो आहे!"

"प्रेमभंग ... बेकारी ... आणि ... आणि आयुष्यात मला काहीही मिळालं नाही."

"इथेच तू घसरलास. आयुष्यात काही मिळत असतं हे तुला कोणी सांगितलं? आयुष्यात सगळं मिळणार आहे असं समजून चाललास म्हणूनच क्षुल्लकशी गोष्ट न मिळताच एवढा खट्टू झालास?"

अस्वस्थ होत मी विचारलं, "प्रेम न जमणं ही काय क्षुल्लक गोष्ट?"

तितक्याच ठामपणे तो म्हणाला, "अर्थात! जीवनापुढे प्रेम म्हणजे क्षुल्लकच गोष्ट. जीवन आहे म्हणून प्रेम आहे. आपल्याला जगात काहीच मिळणार नाही असं समजून चालला असतास तर क्षुल्लकशी इच्छा पूर्ण होताच तुला आभाळाएवढा आनंद वाटला असता! आणि प्रेमाविषयी म्हटलंस तर मी तरी असंच म्हणजेन की, It is better to have loved and lost than never to have loved at all!"

"तुला इंग्लिश पण येतं वाटतं?"

"पाचवीपर्यंत शिकलोय. पण वाचन मात्र वाढवलंय! त्याशिवाय जीव द्यायला येणाऱ्या 'साहेब' लोकांकडून मी त्यांच्या वस्तू कशा काय मागून घेऊ? आणि प्रेमाचे खेळ आम्हीही खेळलो आहोत."

अगदी अधीरतेने मी विचारलं, "मग प्रेमभंगाचा धक्का तू कसा काय सहन केलास?"

"मी? मी कसा सहन केला? ज्या दिवशी त्या कारटीने मला दगा दिला त्या दिवशी तिला घरी बोलावून मी यथास्थित बडवून काढली नि पुरुषांना दगा दिला म्हणजे काय होतं ह्याचा इंगा दाखवला. रानटीपणाच होता तो! पण माणुसकी सोडल्यावर दुसरं राहतं काय? प्रेमभंग करून तिने तशी माणुसकी सोडली नि मी अशी सोडली. बायकांवर हात उगारला म्हणून शिक्षा झाली. ती पण भोगली. पण ह्या क्षणापर्यंत मला माझ्या त्या कृत्याचा पश्चात्ताप झालेला नाही. बरं ते सगळं जाऊ दे! सदरा नि पेन देतोस ना? आणि त्या सायकलचं काय झालं?"

"तुला मेलेल्या माणसांच्या वस्तू वापरायला काही वाटत नाही?" मी विचारलं.

"अहो राव, मेलेल्या माणसांच्या वस्तूच काय पण त्यांचा एखादा अवयव तोडून तो जरी बसवता आला असता तरी मी त्याची पण मागणी केली असती, जीव देणाराकडे! आपले सगळे अवयव योग्य जागी चांगल्या स्थितीत असणं हे काय कमी भाग्याचं लक्षण आहे? ती श्रीमंती काय कमी आहे? पण

ते तुला नाही समजायचं! त्यासाठी तुला माझ्यासारखं थोटं व्हावं लागेल.''
-माझ्या अव्यंग शरीराकडे माझं आता लक्ष गेलं. इतक्या उशिरा! जमेची बाजूदेखील दुसऱ्याने दाखवून द्यावी लागली ह्याचं मला वाईट वाटलं. एवढं चांगलं शरीर मी दरीत लोटणार होतो. केवळ बेकारी व प्रेमभंग यापायी! मला दोन्ही गोष्टी क्षुल्लक वाटू लागल्या. मला नवीन विचार मिळाला होता. त्या विचाराच्या पित्याकडे मी पाहिलं. मला तो 'माणूस' वाटेना. कुणीतरी निराळा वाटू लागला. अशा तऱ्हेच्या विचारांचा 'मानव' अस्तित्वात असेल असं मानायला माझं मन तयार होईना. कशावरही विश्वास बसेना. तो खरोखरी माणूस होता का माणसाची जीवनाबद्दलची आसक्ती-प्रवृत्ती मानवरूप घेऊन मला परावृत्त करायला आली आहे हेही मला कळेना. मला थोडी भीती वाटू लागली. मी जीव द्यायला आलो आहे, हेही मला खरं वाटेना. एवढा वेडेपणा करायला मी धजलो कसा ह्याचंच मला नवल वाटू लागलं. तो माझ्याकडे पाहतच होता. माझ्या भरलेल्या शरीराकडे निरखून पाहत त्याने विचारलं,
''व्यायाम करतोस वाटतं?''
''छे! कधीच केला नाही!''
''आणि तरी तुला इतकं चांगलं शरीर मिळालं आहे? भाग्यवान आहेस!''
त्याच्या तुटलेल्या हाताकडे पाहत मी विचारलं,
''तुझा हात तुटल्यावर तुझं काहीच अडलं नाही?''
''वा, असं कसं म्हणतोस? मला आता बासरी वाजवता येत नाही. तरी पण मी हल्ली 'माऊथ ऑर्गन' वाजवू लागलो आहे. तू जेव्हा आता उडी मारशील तेव्हा मी 'माऊथ ऑर्गन' वाजवणार आहे. पार्श्वसंगीत म्हणून सिनेमात असं वाजवतात म्हणे!''
-तो जोरजोरात वाजवू लागला. वाजवताना तो रंगात येऊन वेडावाकडा नाचूही लागला. तो 'मानव' नव्हता. जीवनातल्या आशा-आकांक्षांचं पिशाच्च होतं ते! मानवाची जीवनाबद्दलची लालसा होती ती! हा विचार मनात येताच मी घाबरलो.
तो भयाण अंध:कार, तुटत जाणारा कडा, खोल दरी. त्याचं भेसूर वादन व नृत्य! मी टरकलो. एक-एक पाऊल मागे सरकत-सरकत मी उलटा फिरलो. मात्र कड्याकडे नव्हे तर आलेल्या वाटेकडे! त्याने वादन थांबवलं व विचारलं,
''काय राव, परत निघालात? जीव द्यायचा विचार बदललात वाटतं? उगीचच बोललो एवढं तुमच्याशी! आता 'लाँड्रीवाल्या'चा किंवा 'कल्हई'चा धंदा करणार ना?''
अजून खोटी प्रौढी मिरविणारं माझं मन ओरडलं, ''छे छे! असले उद्योग मला

जमायचे नाहीत!''
''मग हरकत नाही. तरी आठ दिवस प्रयत्न करून पाहा! नाही जमलं तर या आठ दिवसांनी! ह्याच जागी-हाच सदरा घालून या-पेन आणा-आणि सायकलवर बसूनच या, म्हणजे वेळ लागणार नाही. मी वाट पाहतो आहे!''
ऑर्गनचा आवाज गंभीर अंधार कापू लागला. मी परतलो.

ह्या घटनेला कैक दिवस लोटले आहेत. जीव द्यायला जाण्याचा वेडेपणा मी कधी काळी केला होता, हेच मला खरं वाटत नाही!
मी पुन्हा गेलो नाही तिकडे! कदाचित तो माझी वाट पाहत असेल! अजून!

★

नांदा सौख्यभरे

'ही माणसं लग्न करून एक मूर्खपणा करतात आणि त्याहीपेक्षा त्या मूर्खपणाचं प्रदर्शन करण्यासाठी की काय मासिकाकडे प्रसिद्धीसाठी फोटो पाठवतात!' केतन स्वत:शीच चिडून बोलला. प्रेसमधल्या एखाद्या सहकाऱ्याने केतनचं हे बोलणं ऐकलं असतं तर त्याला त्याचं बिलकूल नवल वाटलं नसतं. 'नवविवाहितांचं अभीष्टचिंतन' ह्या सदरातील छायाचित्रांचा ले-आऊट करायची कामगिरी केतनकडे आली की तो नेहमीच वैतागतो, हे सगळ्यांच्या परिचयाचं झालं होतं. 'मधुवंती' हे खास महिलांचं मासिक. लोकप्रियतेच्या आघाडीवर असलेलं. महिलांसाठी म्हणून ज्या काही आवश्यक गोष्टी असतात त्या सगळयांचा समावेश 'मधुवंती'त असायचा. पाकशास्त्र, घर कसं ठेवाल, मुलं कशी वाढवाल, सजावट-एक ना दोन! अनेक सदरं-हितगुजं-अगदी सर्व काही! याशिवाय तिसऱ्या मलपृष्ठावर 'नवविवाहितांचं अभीष्टचिंतन' हे आघाडीवरचं सदर. केतन मात्र ह्या तिसऱ्या मलपृष्ठावर फार चिडायचा आणि तो चिडतो हे माहीत असून इतर मंडळी मुद्दाम त्याच्या मागे लागायची.
वास्तविक पुराणिकांना संध्याकाळच्या आत
केळफुलाच्या भाजीचे समोसे ह्यांची प्रुफं तपासून घ्यायची आहेत. त्याशिवाय फॉर्म पुरा होणार नाही. तरी चष्म्यातून केतनकडे पाहत त्यांनी विचारलं,
"केतनकुमार, काय घडलं?"
"लग्न!"
"आँ? कुणाचं?"
"अख्ख्या गावाचं!"
"विशेष आहे!"
"विशेष कसलं त्यात? नेहमीचंच आहे. पाहा-पाहा, हा फोटोंचा ढिगारा पाहा. ह्या सगळ्यांना प्रसिद्धी द्यायची म्हणजे तोपर्यंत एखाद्याच्या घरात 'बारसं' साजरं व्हायची वेळ यायची!" केतन चढलेल्या तापमानात म्हणाला.
"हा: हा: हा:! तसं झालं तर त्यावर उपाय आहे. आदर्श संसाराचं गमक-ह्या

दोन पानी आर्टिकलमध्ये त्यांची मुलाखत घेऊन एकदम ग्रुप फोटोच छापायचा!''
''कसलं कपाळाचं गमक आणि कसला आलाय संसार! इकडे मारे फोटो छापायचे आणि घरात मिनिटा-मिनिटाला मतभेदावरून एकमेकांची टाळकी फोडायची. एरवी आंबट चेहरे करून वावरायचं आणि फोटोत मात्र कृतकृत्य झाल्याप्रमाणे चेहरा करून बसायचं. सगळी नाटकं! साला फोटो काढताना त्या फोटोग्राफरला म्हणे तर सांगावं लागतं, 'जरा हसा हं, बस् बस् जास्त नको-' तेव्हा माना कलत्या करून हे हसतात. नॉन्सेन्स! चांगला पंचवीस-तीस वर्षं सुरळीत संसार करावा-एकमेकांना ओळखायला शिकावं आणि मग फोटो छापावा झोकात!''
''केतन-केतन, तुमची कुणी मुलाखत का घेतंय आत्ता? मग झालं तर! आपण करू विचार ह्या विषयावर. आत्ता काय झालं हे तर सांगा!''
''अहो काय व्हायचंय? आता हा फोटो पाहा. प्रभाकर पंडित, एम्. ए. आणि ही कोण बया तर म्हणे मृणालिनी देव. आता मला सांगा, हा जोडा शोभतोय तरी का?''
''कोण कुणाला शोभत नाही असं म्हणायचंय तुम्हाला?'' पुराणिकांनी इंटरेस्ट घेऊन विचारलं.
''पाहा पाहा-हा प्रभाकर कसा स्मार्ट आहे ते!''
''मग काय तर? जातीच्या सुंदरांना काहीही शोभतं, मग कुरूप बायको का शोभू नये?
पुराणिकांचा हा विनोद वाया गेला. फक्त उभा असलेला शंकर कंपोझिटर हसला. पण त्याला आज अर्ध्या तासाचं कन्सेशन हवंय म्हणून तो हसलाय हे पुराणिकांना समजतं म्हणून ते ओरडतात,
''रोज-रोज काय लवकर जायला मागतोस?''
शंकर निघून जातो. पुराणिक समोशांत तिखट किती चमचे हे तपासू लागले. केतन वैतागत पुन्हा फोटोंची जुळवाजुळव करू लागला.
पुराणिकांचे 'समोसे' संपले, जोगळेकरांनी 'घराला रंग कोणता द्याल?' ह्याची सल्लमसलत संपवली आणि सगळे जायला निघाले. पुराणिकांनी जाता-जाता केतनला विचारलं,
''तुमचं अभीष्टचिंतन संपलं की नाही?''
''संपलं मघाशीच!''
''मग येताय ना?''
''त्याचा विचार करतोय. उद्या अगदी पहिल्या गाडीने कर्जतला जायचंय.

महिला मंडळाचा पंचविसावा वाढदिवस आहे. सौ. मंगलाबाई मराठे ह्यांची मुलाखत छापावयाची आहे.''
''मग इथं थांबून काय करणार?''
''ले-आऊट्स करून ठेवणार. इथंच झोपणार. ले-आऊटची प्रुफं तपासायची आहेत. इथूनच परस्पर गाडीत जाऊन बसणार.''
केतन आता एकटा उरला. आत एका तातडीच्या कामाची छपाई चालू होती. कामगारांचं काम गुपचूप-न बोलता चाललं होतं. छपाईच्या मशीनचाच काय तो आवाज बाहेर येत होता. एकदा आत चक्कर टाकून केतन जागेवर येऊन बसतो न बसतो तोच फोटोंच्या ले-आऊटचं प्रुफ येऊन पडलं. आता निराळ्या रंगात खाली नावं छापायची होती. केतन पुन्हा काम करण्यासाठी आसन मांडून बसला.
काम हातावेगळं करायला केतनला एक तासही लागला नाही. आता तो मोकळा होता. कुणाचंही देणं लागत नव्हता. शेजारी असलेला मोठा कोच रिकामा होता. झोपण्यासाठी केतनला तो आमंत्रण देत होता. पण आज केतनला झोप येत नव्हती. उगीचच लेआऊट हातात घेऊन तो नवविवाहितांचे फोटो पाहत बसला आणि त्याची विचारांची चक्रं उलटसुलट फिरू लागली. खरोखरच मृणालिनी देव त्या प्रभाकरशेजारी शोभत नव्हती. मोहिनी केतकर, केतनच्या मते प्रभाकर पंडितला चक्क शोभत होती. स्वत:च्या ह्या सौंदर्यदृष्टीवर केतन एवढा खूष झाला की झर्रकन् ड्रॉवर ओढून त्याने आतलं ब्लेड बाहेर काढलं. फोटोंच्या ढिगाऱ्यातून त्याने मोहिनी केतकर आणि प्रभाकर पंडित ह्यांच्या फोटोंची प्रत शोधून काढली. मृणालिनी देव त्याने प्रभाकर पंडितपासून दूर केली आणि मोहिनी केतकरला दिवाकर दिघेपासून वेगळी करून, मोहिनीचा फोटो केतनने प्रभाकरशेजारी व्यवस्थित चिकटवून टाकला. ह्याप्रमाणे मग त्याने सगळ्यांची एकमेकांपासून फारकत केली! शांता लोकूरचं पद्माकर केतकरशी संधान जुळवलं. नाजूक आणि कोवळी वाटणाऱ्या सुषमा जठारला मुकुंद कोठारेजवळ बसवलं आणि शिल्लक राहिला अनंत जोग! वास्तविक त्याच्याबरोबर होती ती सुरेखा नाडकर्णी खरं म्हणजे चांगली होती, पण केतनला ती नजरेवरून फारच आगाऊ वाटली आणि त्याने चक्क ठरवलं की, आणखीन चांगली मुलगी येईपर्यंत अनंत जोगने लग्नच करू नये. अविवाहित राहावं. त्याने सुरेखा नाडकर्णीला जोगच्या शेजारून उठायला लावलं आणि एकट्या जोगच्या फोटोकडे पाहत तो म्हणाला,
''अनंतराव, तूर्त तुम्ही लग्नाच्या भानगडीत पडू नका.''
आता लेआऊट-रिव्हाइज्ड लेआऊट कसं झक्क जमलं होतं. परमेश्वराची

'गफलत' केतनने सुधारली. समसमा संयोग आता झाला होता. मग केतनने त्या नव्या पानावर झोकदार अक्षरांत लिहिलं-
'आता, नांदा सौख्यभरे.'

सकाळच्या अगदी पहिल्या कर्जत लोकलमध्ये केतन जेव्हा बसला तेव्हा तो पेंगतच होता. कर्जत आल्यावर त्याला शेजारच्या गृहस्थाने गदागदा हलवून जागं केलं. त्याचे पुन्हा पुन्हा आभार मानीत केतन खाली उतरला. आता खरं म्हणजे एखादा कप झकासपैकी चहा हवा होता. मंगलाबाई मराठ्यांची मुलाखत घ्यायची होती. एकदम त्यांच्या घरी केतन जाऊन उभा राहिला असता तर त्यात काहीच गैर नव्हतं. पण केतनला ते पसंत नव्हतं. स्टेशनबाहेर पडल्यावर तो इकडे तिकडे पाहत उभा राहिला. तेवढ्यात समोरून येणाऱ्या एका बाईकडे त्याचं लक्ष गेलं आणि त्याला फार मोठा धक्का बसला. ही बया इकडे कुठे आली? मोहिनी केतकर अशी कर्जतला भेटेल अशी केतनला पुसटशीही शंका नव्हती. दिनकर दिघेपासून वेगळी करून तिला प्रभाकर पंडितशेजारी ठेवल्यानंतर तो तिला विसरलाही होता. कालच्या रात्रीचा स्वत:चा चाळा आठवून त्याला आताही हसायला आलं आणि नवल म्हणजे मोहिनी त्याच्याकडे पाहून हसत होती. एवढंच नव्हे तर हलके हलके पावलं टाकीत ती केतनकडेच येत होती.
"बघताय काय असे? मला ओळखलं नाहीत? तुम्ही अरुण नानिवडेकर ना?" मोहिनीने विचालं.
"नाही. मी... मी केतन सदावर्ते, 'मधुवंती' मासिकातर्फे आलोय इथं."
"अय्या, माफ करा हं! मला वाटलं तुम्ही अरुणच म्हणून! किती साम्य आहे तुम्हा दोघांत."
"होतं असं कधीकधी! तुमचा परिचय त्या निमित्ताने झाला हे बरं झालं. नानिवडेकरांचा मी आभारी आहे. भेटले कधी तुम्हाला की त्यांना माझे आभार कळवा."
"जरूर!"
केतन नकळत मोहिनीबरोबर चालू लागला. काही पावलं दूर गेल्यावर तिने विचारलं,
"तुम्ही 'मधुवंती' मासिकाकडे असता का?"
"होय. का?"
"दोन-तीन महिन्यांपूर्वी आम्ही आमचा फोटो काढून पाठवला होता. अजून कसा प्रसिद्ध झाला नाही? प्रत्येक महिन्याचा अंक मी पाहते आणि दर वेळेला

निराशा होते.''
रात्रीचा उपद्व्याप केतनला आठवला आणि हसू आलं.
''का हसलात?''
''एकंदरीत लग्नं झालेली माणसं उतावीळ!''
''हे हो काय असं म्हणता?''
''मग काय म्हणू? आमच्या कचेरीत एकदा या आणि फोटोंचा ढिगारा पाहा!''
''वा! म्हणून काय झालं? लग्नाचा फोटो वेळेवरच यायला हवा. एक मूल झाल्यावर बारशाच्या वेळी छापून येऊन काय महत्त्व?''
''तेव्हा मग लग्नाचा छापायचा नाही तर 'सुखी संसार'-ह्याची मुलाखत घेऊन पुन्हा छापायचा!'' आदल्या दिवशीचा हा पुराणिकांचा 'विनोद' इथं केतनच्या उपयोगी पडला.
मोहिनी हसली. हुशारी वाटून केतन पुढे म्हणाला,
''बरं, ते जाऊ दे. आम्हाला त्या महिला मंडळाचा पत्ता सांगा. मंगलाबाईंची मुलाखत घ्यायची आहे.''
''हात्तिच्या! आमच्या शेजारच्या बंगल्यात आहे तुमचं ते मंडळ!'' मोहिनीने अगदी इन्फर्मेशन ब्यूरोची कामगिरी बजावली.
''मग तुम्ही सभासद असालच.''
''ऊं हूं! मला त्या मराठेबाईंचा तोरा बिलकूल आवडत नाही.''
केतन ह्यावर काही बोलला नाही. हो, नाही तर मुलाखत घ्यायला आलेल्या बाईची दुसरी बाजू समजायची आणि मुलाखत घ्यावीशी वाटायची नाही. नकोच ते!
''तो निळ्या रंगाचा 'स्वप्न' बंगला दिसतोय ना?- ती आमची पर्णकुटी. त्याच्याच मागच्या बाजूला ते मंडळ आहे.''
''थँक्यू व्हेरी मच! बराय येतो मी.'' केतन म्हणाला. निरोप घेताना त्याने दिशाही बदलली.
''हे काय-तिकडे कुठं चाललात परत?''
''स्टेशनवर जातो. मुलाखतीला चिकार वेळ आहे अजून. तोपर्यंत कुठंतरी वेळ काढायला हवा ना?''
''छान! माझा परिचय झाल्यावर वेळ कसा काढायचा हा प्रश्नच पडलेला मनुष्य मी आज प्रथम पाहिला. चला आमच्या घरी! बघताय काय असे? मुलाखतीची वेळ होईतो तुम्ही आमचे गेस्ट!''
-वरकरणी नापसंती दर्शवीत पण मनातून आनंदून जात केतनने मोहिनीच्या आदरातिथ्याचा स्वीकार केला. मोहिनीच्या घरात प्रवेश केल्याबरोबर समोरच्या

भिंतीला मोहिनीचा आणि प्रभाकरचा काढलेला फोटो त्याला दिसला. वास्तविक मोहिनीच्या शेजारी दिवाकर दिघे असायचा, पण सकाळपासून अशा काही गंमती घडत होत्या की आता आपल्या मताप्रमाणे जुळवलेला जोडा, त्याचा फोटो समोर दिसणं ह्याचं केतनला नवल वाटलं नाही. तो त्या फोटोकडे पाहत राहिला. तेवढ्यात त्याला चिकटून उभं राहत केतनचा हात हातात घेत मोहिनीने विचारलं,

''कसा आलाय फोटो?''

केतन गांगरला. गडबडीने हात सोडवून, इकडे-तिकडे पाहत भेदरून तो म्हणाला,

''हे काय, हात सोडा ना!''

''अहो, घरात कुणी नाही. आधी फोटो कसा आहे ते सांगा.''

''अप्रतिम!''

''ह्यांचा की माझा?''

''अर्थात तुमचा!''

''थँक्यू! आता बसा. मस्त चहा करून आणते.''

मोहिनी आत गेली. केतनला वाटलं पळून जावं इथून. तो चहा नको, ते आदरातिथ्य नको आणि कदाचित पुन्हा होणारा तो स्पर्श ... स्पर्श... पण खरंच, ही बाई अशी कशी? छे! असं नको व्हायला! सहज त्याची नजर फोटोकडे गेली. पण त्यावेळी तो प्रभाकरकडे पाहत होता. छे! बाकी कुणी हा प्रकार पाहिला नाही, पण ह्या फोटोने नक्कीच पाहिला. ती मोहिनीची धिटाई! मोहिनी येईतो हा फोटो उलटाच करून ठेवला पाहिजे!

ह्या विचाराने केतन दोन पावलं आणखीन पुढं सरकला. हात उंच करून त्याने तो उलटा केला आणि त्याला एक प्रचंड धक्का बसला. मागच्या बाजूला मोहिनी केतकरचा फोटो, दिवाकर दिघेबरोबर काढलेला, चिकटवलेला होता. केतनचा आता कशावरच विश्वास बसेना. तेवढ्यात मोहिनी बाहेर येऊन उभी राहिली. केतन गर्रकन उलटा फिरला. फोटो फिरवायचा तसाच राहिला. विजेच्या वेगाने मोहिनी फोटोकडे धावत गेली व तिने तो फोटो उलटा केला.

आता ती केतनच्या नजरेला नजर देण्याचं टाळू लागली. थोडा वेळ शांततेत गेला. आधी बोलायला सुरुवात कशी करायची असा केतनला प्रश्न पडला. शेवटी मोहिनी हळूहळू म्हणाली,

''कृपा करून हे कुठं बोलू नका. ह्यांना तर सांगूच नका.''

''म्हणजे कुणाला?''

''प्रभाकरना, मिस्टर पंडितांना!''

''नाही सांगणार. पण ह्या गोष्टीचा अर्थ कळत नाही.''
''अर्थ न कळण्यासारखं काय आहे त्यात? हल्लीच्या विसाव्या शतकाची ही स्त्रीजातीला मिळालेली देणगी आहे.''
''कसली देणगी?''
''प्रेमप्रकरण असणं-ही ती देणगी! आम्ही बायका घरातून बाहेर पडलो. शिक्षण मिळविण्यासाठी, जास्त ज्ञान प्राप्त करून घेण्यासाठी. एकदा बाहेर पडल्यावर बाहेरची जी चाकोरी आहे, रिवाज आहे ते आम्हाला पाळावे लागले. ते पाळण्यासाठी आमच्यावर कुणी सक्ती केली अशातला भाग नाही, पण बाहेर पडल्यावरही सोवळेपणा-घरंदाजपणा हे सांभाळणं म्हणजे संकुचितपणा-ह्या निशाणीला भ्यालो. 'सोशल, सोशल' ह्या शब्दांचा मोह पडला. नुसत्या मोकळेपणी गप्पा मारणारी म्हणजे 'सोशल' ह्या व्याख्येपासून, मी चल म्हटलं की कुठंही येते, सहज म्हणून पाठीवर थाप मारली तरी डोळे वटारीत नाही, इथवर सोशल शब्द कुठेही बसतो. यातून प्रगट होतो तो आमच्याच मनाचा दुबळेपणा. पुरुषांना लांबवर ठेवण्याची शक्ती आम्ही केव्हा गमावतो हेच आम्हाला कळत नाही. घर आणि त्याच्या चार भिंती ही आमची स्त्रियांची कवचकुंडलं होती. ती आम्ही टाकली. त्यांच्या बदल्यात घेतली-प्रेमप्रकरणं!'' मोहिनी गंभीर चेहरा करून बोलत होती.
''आता मी तुमचीच मुलाखत घेतो.'' केतन हसून म्हणाला.
''पाहा, एवढं कळवळून बोलले तरी तुम्हाला चेष्टा वाटते. असंच आहे. दिवाकरने पण असंच सगळं चेष्टेवारी नेलं.''
''दिवाकर कोण?''
''तुम्ही आता जो दुसरा फोटो पाहिलात तो! त्याची माझी मैत्री झाली. नेहमीच्या मार्गाने मैत्री ते प्रीती हा प्रवास केला आणि मग नको ते घडलं. तो सगळा इतिहास विसरण्याची पाळी आली व प्रभाकर पंडितच्या गळयात माळ घालावी लागली. दिवाकरचं व माझं लग्न शेवटच्या क्षणी मोडेल अशी शेवटपर्यंत मला कल्पना नव्हती.''
''शेवटच्या क्षणी म्हणजे?''
''अगदी बोहल्यावर मोडलं. ऐन वेळेला दिवाकरच्या वडिलांनी आपल्या मागण्या हळूहळू वाढवायला सुरुवात केली. दिवाकर वडिलांना विरोध करील असं वाटलं होतं, पण तो पठ्ठ्या शेवटपर्यंत गप्प होता. शेवटी माझ्या वडिलांनी भर मांडवात सांगितलं, 'मला हा संबंध कर्तव्य नाही. माझ्या मुलीला पत्करायला दुसरा कोणी ह्या मांडवात असेल तर त्याने पुढं व्हावं!' आणि मग प्रभाकर पंडित पुढं झाला. माझं त्याच्याशी लग्न झालं. एवढी देखणी बायको

मिळाल्याबद्दल प्रभाकरला अस्मान ठेंगणं झालं. ह्या आमच्या फोटोकडे दिवसातून दहा वेळा नजर टाकतो. ह्या फोटोच्या मागे 'इतिहास' आहे ह्याची त्याला कल्पना नाही. त्याच्याकडे पाहून मी हसले की तो म्हणतो-'तुझ्या स्मिताने माझा शिणवटा दूर होतो.' पण माझ्या एका स्मितामागे मी केवढा भूतकाळ विसरण्याचा प्रयत्न करते ह्याची त्याला जाणीव नाही.''

मोहिनीचं हे निवेदन संपलं. ती आत चहा आणायला गेली. केवळ प्रभाकर पंडितशेजारी मोहिनी केतकर चांगली दिसते म्हणून आपण खेळ केला आणि काय हा घोटाळा करून बसलो ह्या विचाराने केतन हैराण झाला. ह्या प्रकरणाला आपण स्वतःच जबाबदार आहोत असं तो समजत होता. तेवढ्यात मोहिनी चहा घेऊन आली. केतन चहा संपवतो तोच त्याच्या कानावर कर्कश्श स्वर आला. आवाज बाईचा होता.

''अहाहाहा, दिवे ओवाळा! कधी नव्हे ते बाजारात पाठवलं तर आले दिवे लावून!''

''कोकलतेस काय गावाला आग लागल्याप्रमाणे! असं काय बिघडलं?''

''अहो, वर विचारता काय? बारीक रवा सांगितला, जाड आणलात. साध्या मिरच्या सांगितल्या तर भोपळी मिरच्या आणल्या. तांबड्या भोपळ्याऐवजी दुधी घेऊन आलात. यादी सांगितली तेव्हा डोकं कुठं होतं? कुठच्या पोरीचा विचार विषय होता टाळक्यात?''

''तुझं टाळकं ठिकाणावर नव्हतं यादी सांगताना. दहा-दहा वेळा एकेक जिन्नस विचारून लिहिला. मी बाहेर पडल्यावर तुझा बेत बदलला. आता का कोकलतेस?''

केतनने मोहिनीकडे पाहत विचारलं,

''हा काय प्रकार आहे?''

''नेहमीचाच आहे. चोवीस तास हे चालू असतं असं!''

''कोण आहेत? नवराबायकोच आहेत ना? का वैरी आहेत?''

''नवराबायको! पण राहतात वैऱ्यासारखी. बहुतेक घरी तापट नवऱ्याला थंड रक्ताची बायको मिळते आणि संथ नवऱ्याला उतावीळ बायको मिळते. पण इथं मात्र और प्रकार आहे. दोघंही तापट! अगदी समसमा संयोग!''

मोहिनीचं बोलणं संपतं न संपतं तोच धाडकन् दरवाजा उघडून एक बाई धावत आली. त्याच वेगाने ती बोलायला सुरुवात करणार होती. तेवढ्यात तिला केतन दिसला आणि ती जराशी वरमली. मोहिनी पुढे होत म्हणाली,

''तुमची ओळख करून देते. हे 'मधुवंती' मासिकाचे सरव्यवस्थापक-श्री. केतन. ह्या आमच्या पडोसी शांता लोकूर-पूर्वाश्रमीच्या. आता सौ. केळकर.''

केतनला नमस्कार करीत शांताने विचारलं,
''आम्ही आमचा फोटो पाठवला होता तुमच्या मासिकाकडे.''
केतनच्या तोंडाशी आलं होतं- 'पुढच्या महिन्याच्या अंकात सगळ्यांचे फोटो येणार आहेत.' पण हे खरं असूनही तो काही बोलू शकला नाही. वरच्या सौंदर्यावर भाळून आपण परमेश्वराची निवड बदलली आणि आता प्रत्यक्षात निराळं घडतं आहे. शांता लोकूरने केळकरांशी भांडावं का?
''बरं का मोहिनीबाई, आता काय झालं सांगते!''
''शांताबाई, खरं सांगू का, तुमचं सगळं बोलणं इथं ऐकायला येत होतं.''
मोहिनीने सरळ-सरळ सांगून टाकलं. शांताबाई वरमतील असं केतनला वाटलं. पण समाधानकारक स्वरात शांताबाई म्हणाल्या,
''बरं झालं बाई, माझा सांगण्याचा त्रास वाचला. आता सांगा, आज चूक कोणाची होती?''
मोहिनी काही बोलणार तेवढ्यात श्री. केळकर पाठोपाठ आत आले. केतनने त्यांना पटकन् ओळखलं. पाठवलेल्या फोटोत जशी एक बंडखोर बट कपाळावर आली होती तशी आत्ताही आली होती. शांता लोकूरचे काळेभोर डोळे पाहून, त्यावर खूष होऊन, हा बंडखोर बटवाला केळकर केतनने लोकूरला अर्पण केला. पण आता शांताच्या काळ्याभोर डोळ्यांत भलतंच तेज चढलं होतं आणि केळकरच्या बंडखोर बटेतली खुमारी पण नष्ट झाली होती. नवऱ्याला पाहताच शांता उफाळून म्हणाली,
''भांडण चुकवायचं म्हणून मी इकडे आले, तर आलात का पाठोपाठ?''
''भांडण अर्धं टाकून तू अगोदर इकडे आलीसच कशी? ही काय रीत झाली?''
''पाहिलंत मोहिनीबाई? जाते मी! हे भांडण पुरं केल्याशिवाय माझी तशी सुटका व्हायची नाही.''
ती दोघं गेल्यावर केतन हतबुद्ध होऊन मोहिनीकडे पाहत राहिला. मोहिनी केतनला म्हणाली,
''हा प्रकार मात्र काहीच नाही. त्यामुळे तुम्हाला ह्याचं जेवढं नवल वाटतंय तेवढं मला वाटत नाही.''
''म्हणजे ह्यापेक्षा विलक्षण प्रकार आहेत की काय इथं?''
''हो! आणखीन दहाच मिनिटं थांबा, आणखीन एक सॅंपल पाहायला मिळेल.''
पण मोहिनीचं हे वाक्य पुरं व्हायच्या आतच अगदी जवळून किंकाळ्या ऐकू येऊ लागल्या. केतन हादरला. मोहिनी मात्र निर्विकार होती.
''आता पुरे... नाही सहन होत. तुम्ही माझा किती छळ करणार? लग्न केलं,

झक मारली. मी तुम्हाला अनुरूप नाही हे पटतंय मला. पण खरंच ऐका माझं, ह्या लग्नाचा आग्रह मी नाही धरला. आता ऐका ना, बस झालं ... खरंच नाही सहन होत आता.'' हा आवाज वाढत गेला. केतन भलताच अस्वस्थ झाला.

''अहो, हा काय प्रकार चाललाय सांगा ना?''

''रोजचाच!''

''म्हणजे काय? मारहाण पण चालते?''

''असावी. माझी ताकद नाही ते पाहण्याची! तुम्हाला पाहायचंय?''

''कुठून?''

''हात्तिच्या! ह्या व्हेंटिलेटरमधून पाहा. स्टूल देते उंच. सगळं दिसतं. बघायचं आहे?''

''पाहू या. पण ही माणसं कोण ते सांगा ना?''

''कोठारे आणि कंपनी. इतकी नाजूक बाई आहे म्हणून सांगू, पण बिचारीच्या नशिबी काय दुर्विलास आहे पाहा! एखाद्या नवऱ्याने हातावर झेललं असतं!''

केतनने भीतभीत विचारलं,

''तिचं पूर्वाश्रमीचं नाव माहीत आहे का हो?''

''हो! आपल्या मंगलाबाई मराठे आहेत ना, त्यांची भाची ती! सुषमा जठार!''

स्टूल आणण्यासाठी मोहिनी आत वळली आणि केतनने कपाळावर हात मारून घेतला. तेवढ्यात मोहिनीने तत्परतेने स्टूल आणलं. पलीकडचे आवाज चालूच होते. ''आता पलंगाखाली काय जाता? या, बाहेर या. भागूबाई! इकडे या म्हणजे दिसेल इंगा!''

-पाठोपाठ नाजूक आवाजात किंकाळ्या ऐकू आल्या.

मोहिनीने आणलेलं स्टूल केतनने झटकन पायाखाली घेतलं. तो दरवाजाजवळ उभा राहिला आणि व्हेंटिलेटरचा आवाज न करता त्याने ते अलगद उघडलं. नाजूक बांध्याच्या कोवळ्या सुषमावर हा प्रसंग रोज ओढवावा ह्याचा केतनला फार धक्का बसला होता. त्याने हळूच नजर टाकली आत! आणि... आणि ... - आत चाललेला प्रकार पाहून तो सर्द झाला. त्याचा स्टुलावरचा तोल सुटला. व्हेंटिलेटरची पकड सैल झाली. व्हेंटिलेटर दरवाजावर आपटलं आणि केतन स्टुलावरून खाली आला. काहीतरी भयंकर प्रकार केतनने पाहिला असणार या कल्पनेने मोहिनी पांढरीफटक पडली.

''काय हो, काय झालं? काय दिसलं?''

-मोहिनीच्या ह्या प्रश्नाला उत्तर न देता तो तडक घराबाहेर आला. त्याने पायांत चपला सरकावल्या आणि तो पळत सुटला. तो मोहिनीला उत्तर काय देणार होता! मुकुंद कोठारे पलंगाखाली लपला होता आणि नाजूक दिसणारी सुषमा

जठार, पुरुषी आवाजात व हातात छडी घेऊन, नवऱ्याला बाहेर या म्हणून सांगत होती. ह्या गोष्टीवर मोहिनीने विश्वास तरी ठेवला असता का?

केतन जो पळत सुटला तो स्टेशन येईपर्यंत पळत होता. झक् मारली मुलाखत आणि एकपानी आर्टिकल! कुठल्या तरी देवळात जाऊन परमेश्वरापुढे नाक घासावं किंवा उंच टेकडीवर जाऊन मोठ्यांदा ओरडावं असं त्याला वाटत होतं. पळता-पळताच त्याची नजर स्टेशनबाहेर बसलेल्या, भगवी वस्त्रं परिधान केलेल्या साधूकडे वळली. तेज:पुंज साधू पाहून केतनला शांत वाटलं आणि सरळ तो त्याच्यासमोर जाऊन उभा राहिला. त्याने 'बस' म्हणण्याची वाट न बघता तो समोर बसला. केतनकडे स्थिर नजरेने पाहत तो साधू शांतपणे धीरगंभीर आवाजात म्हणाला,

"बेटा, संसारापासून पळून थोडाच बचाव होतो?"

"महाराज, आपण हे कसं ओळखलंत? माझं अजून..."

"लग्न नसेल झालेलं, पण शेजारीपाजारी संसारगाथा चालतात ना रोज, त्या थोड्याच आपल्याला शांत बसून देतात? त्यांच्यातले विसंवादी सूर आपल्या मनात काहूर उठवतात."

"गुरुदेव, गुरुदेव! आपण अगदी माझ्या मनातलं बोलता आहात. मी भांबावून गेलोय पुरता!"

"बेटा, भांबावतात सगळेच. पण असं का घडतं ह्याचा खोलवर जाऊन कुणी विचार करतं का?"

"नाही ना, तेच तर चुकतं." - केतन अपराधीपणाने म्हणाला.

"ह्या सगळ्या असंतोषाचं मूळ कशात आहे हे मी जाणतो बेटा!"

"सांगा गुरुदेव!"

"बेटा, परमेश्वराचं कर्तृत्व अगाध आहे. तो डोळे झाकून बसलाय म्हणून आपण त्याच्या नावाने बोटं मोडतो. पण तसं नाही. त्याचे हिशेब चोख आहेत. जगाचा हा गाडा सुरळीत चालावा म्हणून त्याचे अडाखे अचूक ठरलेले आहेत. ह्या सगळ्या कारभाराचा 'तोल' तो व्यवस्थित ठेवतो. आख्खं जग म्हणजे अनेक कुटुंब! प्रत्येक कुटुंब म्हणजे एकेक महत्त्वाचा घटक. तेव्हा तो घटक अबाधित राहावा ह्यासाठी तो सर्वसाक्षी अचूक निवाडे करतो. विश्वाची उभारणी आणि कुटुंबाची उभारणी ह्यांची तत्त्वं एकच आहेत. माळी प्रत्येक झाडाची काळजी घेतो, तेव्हा बाग नावारूपास येते. त्याप्रमाणे तो एका-एका कुटुंबाची काळजी घेतो."

"महाराज, काही कुटुंबं पाहिली की आपलं हे तत्त्वज्ञान..."

"चुकीचं वाटतं, असंच ना? तसंच आहे! परमेश्वराची योजना निराळी असते.

आपण मर्त्य जिवांनी त्यात ढवळाढवळ केली की बॅलन्स जातो. तोल बिघडतो. त्याची रचना पाहा. तो तापट नवऱ्याला थंड बायको देतो. कंजूस नवऱ्याला उधळी बायको देतो. 'भगवंता, कसली जोडीदारीण देतोस?'- म्हणून आपण त्याच्या नावाने खडे फोडतो, पण त्याची ती योजना अचूक असते. आपल्याला तो हेतू समजत नाही. मग आपण दु:खी होतो. केवळ बाह्य देखाव्यावर भुलून, कातडीचा रंग पाहून लग्न जमवतो. आर्थिक बाजू पाहतो, सौंदर्य शोधतो, शिक्षणाचा अंदाज घेतो आणि केवळ रूपावर भाळून आयुष्यातले निर्णय घेतो आणि म्हणून वैतागतो, पस्तावतो. परमेश्वराने भलताच जोडीदार गळ्यात मारला म्हणून कातावतो. शेजाऱ्याची बायको सुलक्षणी वाटते."

"आपण परम सत्य सांगत आहात."

"होय बेटा! परमेश्वराची रचना बदलू नकोस. बाह्य सौंदर्यावर भाळू नकोस. कुणाच्याही लग्नात विघ्न आणू नकोस. जबरदस्तीने कुणी लग्न लावायला लागलं तर त्याविरुद्ध बंड कर."

-केतन पुढे वाकला आणि त्याने 'स्वामी-स्वामी' म्हणत त्यांचे पाय धरले.

"महाराज, एवढ्या अल्प वयात आपण हे ज्ञान, चिरंतन सत्य आत्मसात केलंत. आपण तेज:पुंज आहात. महाराज, मला एकच गोष्ट सांगा, एवढ्या लहान वयातच आपल्याला जीवनाचा उबग का यावा? तेवढंच सांगा!"

"मी हे आजवर कुणाला बोललो नाही. पण तुझी जिज्ञासा पुरी करणार आहे. कारण मला आजवर हा प्रश्न कुणी विचारला नाही. सगळ्यांना सन्मार्ग दाखवणारा माणूस पण अंतर्यामी दु:खी असू शकतो हे कुणाला माहीतच नाही."

"मला सांगा तुमची व्यथा."

"लग्न!"

"म्हणजे झालं म्हणून की न झालं म्हणून?"

"जमलेले होऊ शकलं नाही. शेवटच्या क्षणापर्यंत मला कल्पना नव्हती की, ती सुरेखा नाडकर्णी असा दगा देईल म्हणून. ऐनवेळी म्हणते-मी लग्नाचा विचार सोडला म्हणून. मी म्हटलं-का माझा सत्यानाश केलास? मी आता लोकांना तोंड कसं दाखवू? तर सरळ म्हणते, तुमचं तोंड दिसलं नाही तर जग काय बुडणार आहे? खुशाल घ्या संन्यास आणि जा हिमालयात!"

"असं?"

"तर काय? अहो, मासिकात छापण्यासाठी फोटोही काढला होता. हा पाहा."

सन्याशाने खिशातून फोटो काढला आणि केतन ओरडला,

"तुमचं नाव जोग का?"
"आडनाव जोग आणि आता खरोखर जोगी बनलोय." आणि असं म्हणता-म्हणता त्याने खिशातून आणखी एक कागद काढला. 'मधुवंती' मासिकाचं तिसरं मलपृष्ठ होतं ते आणि त्यावर केतनने जुळवलेल्या जोड्यांचे फोटो होते. केतनपुढे तो फोटो धरीत म्हणाला,
"बेटा, ही सचित्र कहाणी पाहा. ह्या फोटोतली मख्खी मघ. दिवाकर दिघेची बायको प्रभाकर पंडितजवळ, शांता लोकूरला केळकर मिळाला, सुषमा जठार कोठारेच्या गळ्यात पडली. हे सगळे आत्मे असंतुष्ट असणार. कारण परमेश्वरी योजनेला कुणीतरी हरताळ फासला आणि आम्हाला राख फासायला लावली. हे कृष्णकृत्य कुणाचं हे मला माहीत नाही. पण त्याला माझा शाप आहे की...'
तेवढ्यात केतन ओरडला,
"नका, नका! गुरुदेव, शाप देऊ नका! त्याला मी जबाबदार आहे. ते पाप मी केलं."
-एवढं ऐकताच संन्यासी चिडला. रागाने लालबुंद झाला. खाली वाकलेल्या केतनवर हातातला सोटा आपटण्यासाठी त्याने तो वर उचलला.
केतन जोरजोरात ओरडायला लागला. त्याबरोबर हातातला सोटा फेकून देऊन संन्याशाने केतनचा गळा हलके दाबायला सुरुवात केली.

शंकर कंपोझिटर हातातलं काम संपवून टेबलापाशी आला. 'नांदा सौख्यभरे' ह्या सदरासाठी दोन लेआऊट्स तयार होती. त्यातल्या एकावर लिहिलं होतं, 'रिव्हाइज्ड लेआऊट.' तशी हरिभाऊला मोठ्यांदा हाक मारीत शंकरने म्हटलं, "अरे हरिभाऊ, ह्या केतनला इथंच झोप लागली बघ! ह्यातल कोणतं लेआऊट छापायचं, ते सांग आता!"

★

हातचा

एकंदरीत ह्या घटकेला मरण आलं तरी हरकत नाही ह्या विषयावर 'जॉन्सन ॲण्ड जॉन्सन' ह्या फर्ममध्ये काम करणाऱ्या त्या म्हाताऱ्यांचं एकमत झालं होतं. चौघांपैकी एक आपटे नावाचे गृहस्थ. एक मुलगा, एक मुलगी आणि बायको एवढाच आटोपशीर संसार. मुलीचं लग्न झालेलं. आपट्यांनी नातूही पाहिलेला. मुलगा मिळवता. अलीकडेच लग्न झालेला. थोडक्यात जीव गुंतवण्यासारखी परिस्थिती नव्हती! दुसरे गृहस्थ जोगळेकर. ह्यांना चारी मुलीच होत्या. आता ह्या वयात मुलगा होण्याची आशाही नव्हती. तीनही मुली चांगल्या स्थळी पडलेल्या. चौथी हौसेखातर नोकरी करीत होती. ऑफिसातच तिचं काहीतरी जमत असल्याची कुणकुण! त्याकडे श्री. जोगळेकरांनी हेतुपुरस्सर कानाडोळा केलेला. जुन्याजाणत्यांनी आपल्याला 'फॉरवर्ड' म्हणावं हीही एक इच्छा! ह्यानंतर तिसरे गृहस्थ पुराणिक. ह्यांना मूलबाळ काहीच नव्हतं. ते आणि त्यांची बायको राजाराणीच होते. चौथे राहिले कुंटे. एकुलता एक मुलगा. त्याला गलेलठ्ठ पगार. वास्तविक कुंट्यांना नोकरीची बिलकूल आवश्यकता नव्हती. एका बेकार माणसाची जागा कुंट्यांनी अडविली आहे असं हेडक्लार्क बिलिमोरियांचं स्पष्ट मत! असे हे चौघेजण. चालू घटकेला मरण आलं तरी चालेल असं छातीठोकपणे सांगत होते.

"काय हो आपटे, तुमच्या चिरंजिवांचं नुकतंच लग्न झालं. आता नातू पाहण्याची इच्छा नाही का?" जोगळेकरांनी कुतूहलाने विचारलं.

"मुलीकडून ती इच्छा केव्हाच पुरी झाली आहे."

"मुलाकडून आजोबा होण्याची इच्छा नाही का राहिली अजून?"

"तसं काय हो, मग कधीच थांबायला नको. मग मुलाच्या मुलाची मुंज तरी का पाहू नये? तेव्हा तसं म्हणण्यात काही अर्थ नाही. आता एवढी आसक्तीही राहिलेली नाही. तुमची गोष्ट मात्र निराळी आहे जोगळेकर. तुम्ही चौथ्या मुलीचं व्यवस्थित करायला हवं. ती मार्गाला लागेपर्यंत तरी तुम्ही मरणाचा विचार करता कामा नये."

"अशातला काही भाग नाही. तिन्ही मुली व्यवस्थित संसार करीत आहेत. त्यांचा धाकटीवर जीवही आहे. त्या आहेत तिचं सगळं बघायला माझ्या पश्चात! आणि आपण काळजी कुठवर करणार, नाही का हो कुंटे?

"यू आर क्वाईट राईट! माणसाने कसलीच काळजी करू नये असं माझं स्पष्ट मत आहे." कुंटे तत्परतेने म्हणाले.

"मग अजून तुम्ही का इथे पाठीची हाडं वाकवीत बसला आहात? तुम्हाला नोकरीची काय आवश्यकता आहे?" पुराणिकांनी कुंट्यांवर हल्ला चढवला.

भिंतीवरील घड्याळाने सहा वाजल्याची जाणीव करून दिली आणि चौघेही म्हातारे एकदम उठले. तेवढ्यात पलीकडच्या टेबलावर काम करीत असलेल्या साळवींकडे कुंट्यांचं लक्ष गेलं.

"चला साळवी, निघताय ना?"

"तुम्ही आज व्हा पुढे. मला काम संपवायचं आहे आणि काम संपल्यावर कुलकर्णींच्या लग्नाला जायचंय."

"अरे हो, कुलकर्णींचं आज लग्न नाही का? मग तुम्ही अजून इथे कसे? तुमचं काम कधी पेंडिंग राहत नाही ते आजच कसं नेमकं राहिलं?"

"काम करतोय ते कुलकर्णींचं! त्याचं काम मी माझ्या अंगावर घेतलं तेव्हा कुठे कुलकर्णीला रजा मिळाली."

"खरंच, त्याला जागा मिळाली का हो?" जोगळेकरांनी साळवींना विचारलं.

"नाही अजून!"

"मग आजच्या 'पहिल्या रात्री'ची काय व्यवस्था?" आपट्यांनी डोळे मिचकावीत चौकशी केली.

"माझ्या खोलीवर व्यवस्था केली आहे मी आजच्या रात्रीपुरती!" साळवी लाजत म्हणाले.

"अरे वा! मग साळवी काही रात्रभर झोपणार नसतील आज. मजा आहे त्यांची."

जोगळेकरांनी साळवींना डिवचलं.

"माझी कसली मजा! दरवाजाच्या फळीला मी काय डोळा लावून बसणार आहे का रात्रभर!" काहीशा रोषाने साळवी म्हणाले आणि त्यांचा राग पाहून सगळे हसत-हसत बाहेर पडले.

सव्वासहाच्या फास्ट लोकलने आपटे घरी आले. घरी पोचताच जेवण तयार असल्याचं बायकोने सांगितलं.

"आं? आज एवढ्या लवकर जेवायचं? बेत तरी काय आहे?"

"रात्री सिनेमाला जायचं आहे. तिकिटं आधी काढून ठेवली आहेत." बायकोने

तत्परतेने माहिती पुरवली.

"अग पण, मला त्या कुलकर्ण्यांच्या लग्नाला जायचं होतं!'

"तुमचं काही निराळं नाही असं कधी झालंय?" सौ.चा रिमार्क.

"अप्पा, नाही गेलं तर नाही का चालणार? नकाच जाऊ. आमचा सगळा प्रोग्रॅम अपसेट् होईल." मुलाने काहीशा हुकूमवजा आवाजात विनवलं.

आपट्यांनी नेहमीप्रमाणे पड खाल्ली आणि ते सिनेमाला गेले. सिनेमा नेहमीप्रमाणे साधारण होता. एकाच नायिकेसाठी दोघांची धावपळ होती. ओघानेच ज्याचा चावटपणा खपतो तो हिरो आणि ज्याचा खपत नाही तो व्हिलन. संस्कृतीच्या आणि खानदानीच्या ऊठसूट गप्पा मारणारा हिरॉईनचा बाप, झाडाला मिठ्या, बागेतून धावणं, वाटेल तिथं पडणं वगैरे वगैरे सगळं. त्यात पाश्चिमात्य ढंगाची गाणी. आपटे लवकरच कंटाळले. पाय मोकळे करावे आणि एखादी सिगारेट ओढावी म्हणून मध्यंतर होताच ते एका बाजूला बाकावर जाऊन बसले. तेवढ्यात त्यांच्याशेजारी एक वयस्कर गृहस्थ येऊन बसले. तेही त्रासलेले पाहून आपटे आपण होऊन म्हणाले,

"अगदीच टुकार आहे पिक्चर!"

"मी सिनेमाला आलेलो नाही!" तो गृहस्थ पटकन् म्हणाला.

"भाग्यवान आहात." आपटे मनापासून म्हणाले.

"एवढे कंटाळलात?"

"तर काय!"

"मग चला माझ्याबरोबर!" तो गृहस्थ पटकन् म्हणाला.

"कुठे?"

"मी नेईन तिकडे!"

आपटे आश्चर्यचकित होऊन त्याच्याकडे पाहत राहिले.

"मला ओळखलंत की नाही?" त्या गृहस्थांनी विचारलं. आपट्यांनी मान हलवताच तो म्हणाला,

"संध्याकाळी तुम्ही चौघे मित्र ज्याच्यासंबंधी बोलत होतात तोच मी! यम! आज कुणाला तरी न्यायचं होतंच. म्हटलं नकळत एखाद्याला ओढून नेण्यापेक्षा, सांगून-सवरून, आपण होऊन तयार आहे त्यालाच न्यावं. कसं?"

आपट्यांच्या अंगाला कापरं भरलं. हातातली सिगारेट गळून पडली. त्यांचा चेहरा पांढरा फटफटीत पडला.

"चला येताय ना?"

"आत्ता या थिएटरमधून?"

"काय झालं? आजपर्यंत अर्धा सिनेमा पाहिल्यावर कुणी मेलेला नाही. म्हणजे

मीच तसं केलं नाही. तुम्हीच पहिले गृहस्थ. उद्या वर्तमानपत्रांतून सगळीकडे बातमी झळकेल.''

कापणाऱ्या शरीरावर ताबा ठेवण्याचा प्रयत्न करीत आपटे म्हणाले, ''मीच इथे नसणार ते वाचायला.''

''त्याला काय इलाज? जोगळेकर वाचतील. पुराणिक हादरतील. कुंट्यांना धक्का बसेल-''

''आणि मी तिथे नसेन!'' त्याच तंद्रीत आपटे म्हणाले.

''अहो, पण असं हळहळून काय उपयोग? आता आपलं काही राहिलं नाही असं तीन-तीनदा तुम्हीच म्हणत होता ना?''

''म्हणालो महाराज! चूक झाली. पुन्हा असं कधी बरळणार नाही. एकवार क्षमा करा. मुलाकडून आजोबा होऊ दे. ती पाहा घंटा झाली. बायकोपोरं वाट बघत असतील हो आत. थिएटरमध्ये मृत्यू. किती हलकल्लोळ माजेल! सोडा हो, सोडा मला!'' आपटे गयावया करीत, कुणी बघत असेल ह्याची पर्वा न करता यमधर्माच्या पायांवर पडले. त्यांना उचलून घेत यमधर्माने त्यांना जायला सांगितलं. रिवाजाप्रमाणे थँक्यू म्हणत आपट्यांनी धूम ठोकली आणि एकदाही मागे न बघता ते बाल्कनीचा जिना चढू लागले.

यमधर्माने दोन मिनिटं विचार करण्यात घालवली आणि त्याच्या डोळ्यांसमोर जोगळेकरांची मूर्ती उभी राहिली. तातडीच्या कामासाठी जोगळेकर रात्रीच्याच पॅसेंजरने पुण्याला जायला निघाले आहेत हे यमधर्माला समजायला मुळीच वेळ लागला नाही. जोगळेकरांना स्टेशनवरच गाठण्याऐवजी शांतपणे गाडीत गाठावं असा विचार करून यमधर्म आपल्या राज्यात गेला.

रात्रीच्या गाडीला गर्दी नसणार हा जोगळेकरांचा कयास बरोबर ठरला होता. सकाळच्या गाडीने जाऊ या हे बायकोचं आणि मुलीचं म्हणणं त्यांनी खोडून काढलं होतं. पुन्हा पुन्हा ते दोघींना बजावत होते, 'काय माझा कयास अचूक असतो की नाही? घ्या! वाटेल तेवढी जागा. रात्रभर झोप मिळेल घरच्यासारखी! तुम्ही आता झोपा. मी मस्तपैकी वाचत बसणार आहे.'

कल्याण स्टेशन मागे पडलं होतं. जोगळेकरांची बायको आणि मुलगी गाढ झोपल्या होत्या. जोगळेकर वाचनात तल्लीन झाले होते. तेवढ्यात त्यांच्या शेजारची खिडकी वर करीत एका गृहस्थाने डब्यात प्रवेश केला. प्रथम जोगळेकर ओरडायचेच, पण आपल्याच वयाचे गृहस्थ पाहून ते गप्प बसले. चकित झाले. तो मनुष्य शांतपणे शेजारी बसला.

''ह्या वयात एवढं धाडसं? काय मरायचं आहे का? माणूस आहेस का

हैवान?''

"तुमचे सगळे अंदाज चुकले. मी माणूस नाही. मी मरणं पण अशक्य आहे. माझं नाव यम आणि तुमच्या संध्याकाळच्या बोलण्याप्रमाणे तुम्हाला न्यायला आलो आहे.''

जोगळेकरांची दातखीळ बसली. हातातलं पुस्तक हातालाच चिकटलं. गाडी चाकावर चालत नसून उलटी होऊन चालत आहे असं वाटू लागलं. त्यांच्या ह्या अवस्थेकडे बिलकूल लक्ष न देता यमधर्म स्वत:शीच म्हणाला, "म्हटलं एखाद्याला अगदी खेचून नेण्यापेक्षा आपण होऊन 'सगळं संपलं' असं म्हणणाऱ्याला आधी विचारावं.''

"...प...प...पण...मी...ए...क...टाच तसं म्हणालो...ना...ही!''

"इतरांचं बोलू नका. आपट्यांचा प्रश्नच राहिला नाही. त्यांनाच भेटलो आधी. ते सिनेमाला गेले होते. ह्या वयात 'जवानी की हवा' पाहत होते.''

जोगळेकरांना दरदरून घाम फुटला. झक् मारली आणि संध्याकाळी ऑफिस सुटल्यावर तिथे रेंगाळलो आणि गप्पा मारल्या! काय योगायोग! थिंक ऑफ दि डेव्हिल ॲण्ड डेव्हिल इज देअर! चौघांपैकी एकाला थिएटरात मृत्यू आला आणि मला गाडीत मरण येणार! ह्या दोघी जाग्या झाल्यावर त्यांना कोणतं दृश्य दिसणार...''

"एवढा विचार कसला करताय? हवं तर नको म्हणा, म्हणजे मी निघालो.''

जोगळेकरांना जरा हायसं वाटलं तरी खात्री वाटत नव्हती. समर्थनार्थ ते म्हणाले,

"देवाधिदेवा, थोडीशी सवड द्या. हिचं एकटीचं लग्न राहिलं आहे. त्यासाठीच निघालो रातोरात. रजेचा अर्ज पण पाठवला नाही कंपनीत. अगदी गाडीतच गाठाल अशी कल्पनाच नव्हती. मुंबईहून तिघंजण निघालो काय आणि त्यातल्या दोघीच पुण्याला पोचतात काय! छे! कल्पनाच सहन होत नाही. माझा निष्प्राण देह पाहून काय वाटेल दोघींना गाडीत?'' जोगळेकर बोलता-बोलता हुंदके देऊ लागले.

"मी आत्ताच चल म्हणालो का? मग गप्प बसा! नुसती चुणूक दाखवली. ह्यापुढे तरी बरळू नका काहीतरी! अच्छा! आता इथून गिरगावात. कांदेवाडी! श्रीयुत पुराणिक. बघू ते तरी प्रामाणिक आहेत का?''

"पुराणिक आता घरी सापडणार नाहीत. रात्रीपर्यंत ते चौपाटीवरच फिरत असतात.'' आपल्यावरचं संकट टळलं ह्याची खात्री होताच जोगळेकर तत्परतेने म्हणाले.

"मला ते सांगण्याची गरज नाही. तुम्ही आता गाडीत आहात हे मला कुणी

सांगितलं होतं का? चूप बसा. हलवायाच्या घरावर तुळशीपत्र! अच्छा!''
-आणि हां हां म्हणता वरचं छप्पर फोडून यम निघून गेला. ऑटोमॅटिक दरवाजाप्रमाणे छप्परही पुन्हा पूर्ववत् झालं.
जोगळेकरांनी फोडलेल्या किंकाळीमुळे मायलेकी दचकून जाग्या झाल्या.
''काय झालं हो?''
''काही नाही! वाचताना जरा डोळा लागला. स्वप्न पडलं.''
जोगळेकरांच्या हातातलं पुस्तक फेकून देत सौ. जोगळेकर म्हणाल्या,
''हज्जारदा सांगितलं असलं काही वाचू नका म्हणून! दासबोध वाचायचं सोडून रहस्यकथा वाचताहेत. नाव काय म्हणे, तर 'यमाचे आगमन!' झोपा आता स्वस्थ!''

आपटे-जोगळेकरांप्रमाणे पुराणिकांचीही आपल्याला पाहून बोबडी वळेल अशी यमाची कल्पना होती, पण ती चुकीची ठरली. यमाकडे शांतपणे बघत पुराणिक म्हणत होते,
''अस्सं! म्हणजे तू यम तर? कल्पना काही वाईट नाही.''
''कल्पना नव्हे. मी खरोखरच यम आहे.''
''असं भाग्य फारच थोड्यांच्या वाट्याला येतं म्हणायचं.''
''कोणतं?''
''हेच! प्रत्यक्ष यमधर्माने मी तुला न्यायला आलो आहे असं सांगून न्यायचं हे.''
''मग तुझी तयारी आहे तर?'' कुंट्यांकडे जाण्याचा त्रास वाचला ह्या आनंदाने यमाने विचारलं.
''वास्तविक यायला हरकत नव्हती. पण देवा, तुला माहीतच आहे ह्या सगळ्या जगात बायकोला मी व मला ती. लग्न झाल्यापासून एकमेकांना सोडलेलं नाही. आम्हाला दुसरं कोणी नाही. माझ्या पश्चात तिचं कसं होईल ह्याचा विचार केलास का? किती दीन आणि दुबळी होईल ती! माझ्यामागे कुणाकडे बघायचं तिने माझ्या पश्चात! आधीच तिचा स्वभाव चिडखोर झालाय. त्यात ही आपत्ती नको. ज्या दिवशी तुला एकदम दोन माणसं हवी असतील तेव्हा सांग. आम्ही एकदम येऊ-मेहूण सांगतात तसं!''
''तुम्ही सगळे म्हातारे लुच्चे आहात. बोलता एक आणि करता वेगळंच! आपट्यांचा प्रश्न मिटला, जोगळेकरांचा तसा निकाल लागला. तू झटपट बोल. मला आता फार थोडा वेळ राहिला आहे.''
आपटे-जोगळेकरांचा प्रश्न मिटला, ह्या यमाच्या मोघम उल्लेखाने पुराणिक दचकले. एवढा वेळ आणलेलं चंद्रबळ दूर पळालं. ते अगदी लीन झाले. खरं

म्हणजे ते यमाच्या पायांवर लोळणच घ्यायचे. पण खूप दिवस हेड क्लार्कचं
काम केल्यामुळे ते 'वाकायला' विसरले होते. ओढलेल्या आवाजात ते
म्हणाले,
"मी तुला माझ्या अडचणी सांगितल्या आहेत. मार्ग दाखवणं तुझ्या हातात
आहे."
पुराणिक त्याच्याच गळ्यात पडले. साहेबाला मोठेपणा देऊन कन्सेशन
मागायचं 'टेक्निक' त्यांनी इथंही वापरलं.

तिसरा शो संपल्यावर साळवी घरी आले तेव्हा रात्रीचे सव्वाबारा वाजले होते.
चाळीत सामसूम होती. कुलकर्णीने सांगितल्याप्रमाणे साळवींची गादी गॅलरीत
टाकली होती. नेहमी उशिरा झोपणारे कुंटे, पण त्यांच्याही खोलीत अंधार
होता. कुलकर्णीला वैवाहिक जीवन सौख्याचं जावो अशी प्रार्थना करीत साळवी
गादीवर आडवे झाले. तेवढ्यात शेजारून कुणीतरी कुंट्यांच्या खोलीकडे
गेल्याचा त्यांना भास झाला. ते ताडकन् उठून बसले. कोणीतरी गेलं होतं
नक्कीच. पण कोण ते कळत नव्हतं. साळवी चालत-चालत गॅलरीच्या दुसऱ्या
टोकापर्यंत गेले. कुंट्यांचा दरवाजा किलकिला झाला आणि पुन्हा बंद झाला.
एवढ्या रात्री कुंट्यांकडे पाहुणा आल्याचं आश्चर्य करीत साळवी परत सतरंजीवर
येऊन बसले. पण पुन्हा पाचएक मिनिटांनी कुंट्यांचा दरवाजा उघडला गेला
आणि ती व्यक्ती बाहेर पडली. ती व्यक्ती नीट पाहायला मिळावी म्हणून
साळवी उठून बसले. ती व्यक्ती जाता-जाता काहीतरी पुटपुटल्याचं ऐकून
साळवींनी विचारलं, "मला काही म्हणालात?"
"छे छे! स्वत:शीच म्हणालो, हेलपाटा पडला म्हणून. कुंटे यायला तयार
नाहीत."
"आपलं नाव काय? आणि एवढ्या रात्री कुंट्याकडे काय काम होतं?"
"माझं नाव समजलं तर तुला झोप येणार नाही."
"झोप न लागण्यासारखं आजपर्यंत माझ्या हातून काही घडलेलं नाही आणि
कुणाला भिण्यासारखं मी काहीच केलेलं नाही."
"खात्री असेल तर ऐक. माझं नाव यम. कुंट्यांना न्यायला आलो होतो मी!"
"सती सावित्री पिक्चरचं शूटिंग संपलेलं दिसतंय." साळवी सहजतेने म्हणाले.
संतापाने लाल होत यम म्हणाला, "मानवांना फार विश्वासात घेऊ नये हेच
खरं!"
"आश्चर्य आहे मग!" साळवी चपापून म्हणाले.
"आश्चर्य कसलं? जन्माला आलेला केव्हातरी मरणारच!"

“त्यासाठी नाही म्हणालो. संध्याकाळीच मरणाबद्दल विषय निघतो काय आणि लगेच खरोखरच तुम्ही येता काय त्याचं नवल वाटलं.” साळवी म्हणाले.
“तुम्ही मानव सगळे लबाड आहात. आपटे, पुराणिक, जोगळेकर, कुंटे सगळेच एका माळेचे. कुणीही यायला तयार नाही. आता बळजबरीनेच न्यायला हवं. प्रत्येकाला विचारण्यात फुकट वेळ घालवला. विचारायला गेलं की किंमत कमी होते हेच खरं. एकाने मला सिनेमाचा प्रेक्षक बनवलं. एकाला मी धाडसी वीर वाटलो. एकाने कविकल्पना म्हटलं आणि तुम्ही तर चक्क ‘एक्स्ट्रॉ’ बनवलंत. माझी न सांगता झडप घालण्याची पद्धतच चांगली. तिथे माझ्या निराशेचा प्रश्नच उद्‌भवत नाही.”
“तुम्हाला फारच वाईट वाटलेलं दिसतंय. मला वाटलं दुःख फक्त आम्हा मानवाच्या वाट्यालाच आहेत. मी काहीतरी मदत करू शकतो का?”
“तू यत्किंचित् मर्त्य, मला काय मदत करणार?” यमाने तुच्छतेने विचारलं.
“असं मात्र समजू नका. तुम्ही सांगाल ती मदत करायला तयार आहे मी!”
“एवढा रुबाब असेल तर माझ्याबरोबर चल!” साळवींना पराजित करण्याच्या हेतूने यम म्हणाला. क्षणाचाही विलंब न लावता साळवी म्हणाले,
“चला! मी तयार आहे.”
आता आश्चर्य करण्याची पाळी यमावर आली.
“तू आत्ताच कंटाळलास जीवनाला?”
“असं कोण म्हणतो? कंटाळा पण नाही आणि आसक्तीही नाही. एकटा जीव. कुणी रडायलाही मागं नाही.”
“मोठा और प्राणी आहेस. माझी भीती नाही वाटत तुला?”
“तुझा ज्यांना विसर पडलाय त्यांना तुझी भीती. गणितात जसा ‘हातचा एक’ तसा जीवनातला मृत्यू, ह्याचा मला कधीच विसर पडणार नाही आणि कुणीतरी म्हटलं आहे ना, की जगण्यासारखं जवळ असताना मरण यावं तेच खरं! एका मोठ्या कवीने म्हटलं आहे की मृत्यू म्हणजे, माता मुलाला एका स्तनाकडून दुसऱ्या स्तनाकडे वळवते तो मधला काळ मृत्यू!”
“तू मला हरवलंस. चल, मग निघू या!”
“छे! एवढ्यात नाही. ह्या चाळीत आपल्याला मृत्यू नको बुवा! सगळं जीवन लोकांना मदत करीत ह्या खोपटात घालवलं. आता तुम्हाला मदत करण्याची शेवटची संधी मिळत आहे तेव्हा कमीत कमी मरण तरी आलिशानपणे येऊ दे की!”
“बरं बरं, बोल! तुला मरण कसं हवं आहे?”
“छान विचारलंत. मस्तपैकी चांदणं पसरलेलं असावं आत्तासारखं. गुळगुळीत

कॉंक्रीटचा रस्ता असावा आणि छप्पर नसलेली 'ब्यूक एट' सारखी गाडी भरधाव पळत असावी. रातराणीचा सुगंध गार-गार वाऱ्याबरोबर यावा आणि एका गावाची हद्द ओलांडून दुसऱ्या गावाच्या हद्दीत केव्हा गेलो हे जसं कळत नाही तसं क्षणमात्र डोळे मिटले जावेत आणि प्रांत बदलला जावा.''
''तथास्तु!''

आपटे आणि जोगळेकर ह्यांच्या आकस्मिक निधनामुळे ऑफिस लवकर सुटणार या कल्पनेने पुराणिक जरा लवकरच ऑफिसात आले. जरा वेळाने दबकत-दबकत कुंटेही आले. दोघांनाही बोलावंसं वाटत नव्हतं. पण एकमेकांना पाहून हायसं वाटलं होतं. बरोबर साडेदहाला आपटे ऑफिसात आले. पण एका रात्रीत त्यांचा चेहरा पार उतरला होता. कुणीच एकमेकांशी बोलण्याच्या मन:स्थितीत नव्हतं आणि कुलकर्णी ऑफिसात येताच तिथलं स्वरूप पार पालटलं. डोळ्यांतील अश्रूंची धार थांबविण्याचा प्रयत्न करीत रुद्ध आवाजात कुलकर्णी बोलू लागला,
''आपले साळवी गेले. त्यांना खंडाळ्यात अपघात झाला. तिथे कसे गेले, केव्हा गेले, गाडी कुणाची होती, पत्ता नाही. काल त्यांनी मला त्यांची खोली दिली. मी त्यांना विचारलं, 'तुमचा कार्यक्रम काय?'-तर गप्प बसले. मोटारीचा चक्काचूर झालाय. त्यांनाही ओळखता येत नाही. त्यांच्या खिशात माझ्या लग्नाची आमंत्रण पत्रिका सापडली, त्यावरून पोलीस माझ्याकडे आले आणि दैव पाहा, ड्रायव्हर मात्र बचावलाय. काय देवाचा हिशोब आहे! 'मरणेबल' एवढी माणसं असताना त्यांच्यासारखा गुणी माणूस जावा नं!''
-कुलकर्णी भावनावेगाने बोलत होता आणि रात्रीचा प्रसंग आठवून आपटे-कुंटे-पुराणिक ह्यांचे चेहरे पांढरे पडले होते आणि तिघेही विचार करीत होते, जोगळेकर का नाही आले अजून?

★

प्रचिती

चिंतामणी चिंचलीकर हा माणूस आज वय वर्षं चाळीसचा!

माणूस चाळिशीचा झाला म्हणजे त्याला 'चाळिशी' येते, असं म्हणतात. पण चिंतामणीने एवढी वाट पाहिली नाही. 'गद्धेपंचविशी'तच तो 'चाळिशी'त जमा झाला. नाकावर चाळिशी चढली म्हणून बरं! तेवढंच काही औंसांनी वजन वाढलं असेल. चिंतामणी चिंचलीकर खरोखरच एवढा बारीक की चाळिशीच्या जवळ येऊनही त्याने वजनाच्या काट्याला 'नव्वद' आकड्याच्या पुढं सरकण्याची तकलीफ कधी दिली नाही. त्यामुळे दहा पैसे टाकून वजन करणं त्याला महाग पडतं. एखाद्या मेडिकल कॉलेजमध्ये, शरीरविज्ञान शिकविण्यासाठी हाडांचा सापळा ठेवण्याऐवजी चिंचलीकरला उभा केला, तर सांगाडाच जास्त जाडजूड वाटेल. ऑफिसच्या लिफ्टमध्ये नियमानुसार दहा माणसं घेतली तर अकरावा चिंचलीकर 'धार' म्हणून लिफ्टमध्ये धरला जातो.

-मात्र, असा हा चिंचलीकर एकदम देवभोळा, अत्यंत पापभीरू! अन्यायाविरुद्ध चिडून उठणारा. पण आपण काही करू शकत नाही, हे जाणून चूपचाप बसणारा. त्याचं आवडतं दैवत 'हनुमान'. दैवत निवडताना त्याने चांगला आदर्श ठेवला होता. कुठेही अन्याय दिसला की तो मनोभावाने मारुतीरायाला विनवीत असे,

'मारुतीराया, एकदा तरी प्रचिती दाखव.'

- त्या मानाने चिंचलीकरचा संसार छोटा. तो, बायको, तीन मुलं! परिस्थिती मात्र बेतास बात! 'ओढाताणी'ची म्हणायलाही हरकत नाही. पण माणूस रसिक! अभिरुचीचा! चैनमौज, हौस फारशी कधी नाही- म्हणजे परवडतच नसे. वेड नाटकांचं. पण त्यासाठी आटापिटा कधी नाही. वर्षाकाठी दोन किंवा तीन नाटकं बघेल. पण मग ठरलं की कचकच नाही. टॅक्सीत जाईल-येईल. तिकिटं पहिल्या दोन रांगेतलीच असतील. बायकोची धावपळ झाली तर सगळी बाहेर जेवतील. वर्षातून एखादंच नाटक-पण ते अशा थाटात पाहील. क्वचित दुसरं नाटक-पण शिरस्ता हाच!

ह्या वर्षी नाटक पाहण्याचा दिवस आज उजाडला. यंदाचं हे पहिलंच आणि शेवटचं नाटक. त्याच्या आवडत्या दैवताचा वार - शनिवार होता. आज वस्तुत: आनंदाचा दिवस, पण सकाळीच गालबोट लागलं. दूधकेंद्रावर त्याला नेहमीचा कोटा मिळाला नाही. कोणी एक नवीनच माणूस केंद्रावर आला होता. तो काही ना काही मखलाशी करून, ठरावीक लोकांना जास्त दूध द्यायचा आणि बाकीच्यांना टांगा मारायचा. अनेकदा चिंतामणी चिंचलीकरला वाटून गेलं होतं की, बाटल्यांनी भरलेल्या ट्रेवर एकदा तरी झडप मारावी व धूम पळावं. ह्या विचारापाठोपाठ तो आपल्या बोरूएवढ्या जाड मनगटाकडे बघायचा आणि चुपचाप परतायचा.

-आज तसंच परतावं लागलं.

-चिंतामणी चिंचलीकरला काही कमी नव्हतं. म्हणजे परिस्थिती ओढाताणीची असूनसुद्धा समाधानी वृत्तीच्या माणसाला कधीही काही कमी पडत नसतं. इतर चार बायकांप्रमाणे त्याच्या बायकोला नेहमीच वाटायचं की, अंगावर चार दागिने असावेत. वयात आलेल्या त्याच्या मुलीलाही वाटायचं की एक डझन चांगल्या साड्या एकदम घ्याव्यात म्हणून! मधल्या मुलाला रिस्टवॉच हवं होतं. त्याच्या पाठीवरच्या मुलाला असंच काहीतरी! चिंतामणीला हे असं काहीही नको होतं. केव्हातरी 'रिस्टवॉच'चा त्यालाही मोह झाला होता, तर 'रिस्ट'च नव्हतं मग वॉच लावणार कशावर? एखाद्या दुकानदाराने लेडीज वॉच पुढे केलं तर-तो अपमान सहन व्हायचा नाही आणि दुकानदाराला काही आपल्याला उलट उत्तर करताही यायचं नाही.

-हेच त्याचं दु:ख होतं! तो समाधानी होता, पण अजून त्याच्या काही इच्छा अपुऱ्या राहिल्या होत्या. केव्हातरी फार घाई झाली असावी, टॅक्सीला हात करावा आणि त्याने 'वो बाजू नही आयेंगे' म्हणावं, अशा वेळेला अंगात जमदग्नी संचारतो. पण तो मोटरवाला आणि आपण रस्त्यावरची माणसं. टॅक्सीवाल्याचं आपण काहीही करू शकत नाही. एकदा एखाद्या सरदारजी टॅक्सीवाल्याला पिटून काढायची चिंचलीकरची इच्छा पुरी व्हायची होती. दूधकेंद्रावरच्या पंचवीस-तीस बाटल्या पळवून दिवसभर दूध पिण्याची इच्छा होती. दूध पिणं ही इच्छा गौण होती, पण ह्या केंद्रावरच्या 'यूसलेस' क्लार्कची जिरवणं हे महत्त्वाचं! उगीचच रजा नाकारणाऱ्या साहेबांना एकदा दम उखडायचा होता. त्याशिवाय 'किंमती वाढणार' असं कळल्याबरोबर रातोरात ठरावीक वस्तू नाहीशा करणाऱ्या दुकानदारांचाही काटा काढायचा होता.

-ह्या अशा काही किरकोळ इच्छा पुऱ्या झाल्या की-अरे हो, आणखीन एक! सात-आठ मवाली लोक, जेव्हा एखाद्या माणसाला मरमरेतो मारतात, तेव्हा

त्या माणसाला वाचवता आलं पाहिजे, अशी एक इच्छा होती. ती इच्छा व्हावी ह्यात नवल नव्हतं. कारण चिंचलीकर राहायचा त्या इमारतीला अगदी चिकटून एक गचाळ इमारत होती. ती इमारत कधी पडेल ह्याचा नेम नव्हता. पण पडता-पडतादेखील ती चिंतामणीच्या इमारतीला गोत्यात आणून पडायची शक्यता होती. महापालिकेचे संबंधित अधिकारी पाहणी करायला यायचे आणि ठरलेला हप्ता घेऊन निघून जायचे. तो हप्ता, त्या गल्लीतला 'दादा' त्यांना द्यायचा. त्या दादाची 'भट्टी' त्या इमारतीत लागायची. रोजची मारामारी व्हायची. कोणीतरी एखादा निरपराधी चार-पाच मवाल्यांचा मार खायचा. चिंतामणीच्या वयात आलेल्या मुलीलाही केव्हा-केव्हा टिंगल-टवाळी सहन करावी लागत असे.

-हे सगळे भ्रष्टाचार, अत्याचार पाहून चिंचलीकर विनवायचा, 'मारुतीराया, एकदाच प्रचिती दाखव!'

-आजही दूधकेंद्रावरून तसंच परतताना चिंचलीकरला आपल्या अपुऱ्या राहिलेल्या त्या सर्व इच्छांची आठवण झाली.

नेहमीच्याच गतीने आणि धांदलीने दिवस संपत आला आणि रात्री साडेआठच्या आधी वेळेवर साहित्य संघाच्या हॉलमध्ये दुसऱ्याच रांगेत, चिंचलीकर मुलाबाळांसह येऊन बसला. शेंडेफळ फक्त नाटकाला आलं नव्हतं. दोन आण्यांच्या पतंगावर खूष होऊन शेजारच्या बिऱ्हाडात आनंदाने राहिलं होतं.

-नाटक होतं 'कीचकवध.' जुनं नाटक. खाडिलकरांचं हे नाटक हल्ली कुणी करत नव्हतं. चिंतामणी चिंचलीकर ह्या नाटकाला उत्साहाने आला. त्याला तो आडदांड भीम पाहायचा होता. कीचकाला तो भीम जेव्हा मारून टाकील तेव्हा त्या कीचकाच्या ठिकाणी टॅक्सी ड्रायव्हर, वाणी, दूधकेंद्रावरचा क्लार्क, गल्लीतला दादा इत्यादी लोकांना चिंचलीकर कल्पनेने पाहून मारणार होता. चढत्या रंगतीने नाटक चढू लागलं. पण मधून मधून भीमाची भूमिका करणारा नटच रसभंग करत होता. त्याची नक्कल पुरेशी पाठ नसावी. (नक्कल पाठ न करता कामं करणाऱ्या नटांनाही केव्हातरी चोप द्यायचा होताच). इतर सर्व नटसंच त्या भीमाचं-बल्लवाचं काम करणाऱ्या नटाला सांभाळून घेण्याचा पराकाष्ठेचा प्रयत्न करीत होता. पण असं असूनही, चिंचलीकर आणि प्रेक्षक बल्लवावर खूष होते ते त्याचं कमावलेलं शरीर पाहून! त्याचा तो खरोखरच भीमकाय देह पाहून आणि त्या भरलेल्या देहाइतकाच त्याचा जोष आणि आवेश पाहून, मिनिटा-मिनिटाला असं वाटत होतं की, 'असेल बुवा! बकासुराला बुकलणारा भीम असाच असेल!' प्रत्यक्ष कीचकवधाच्या प्रसंगी तर प्रेक्षागाराच्या डोळ्यांचं पारणं फिटलं. चिंतामणीला तर क्षणभर वाटलं की,

कीचक आता नक्की मरतो खरोखरच. कारण भीमाची भूमिका करणारा नट
स्वत:ला खरोखरचा भीम समजत असावा, एवढा बेफाम झाला होता.
नाटक संपलं आणि एका चांगल्या प्रयोगाची नशा डोक्यात घेऊन चिंतामणी
बाहेर पडला. वास्तविक प्रयोग तेवढा रंगला नव्हता. चिंतामणीच्या डोक्यातही
नाटकापेक्षा 'भीम'च चढला होता.

चिंतामणीने टॅक्सीला हात केला. टॅक्सीवाला नेहमीप्रमाणे गुर्मीत न थांबता
निघून गेला. दुसरा टॅक्सीवाला नेहमीप्रमाणे थांबला, पण 'वो बाजू नही आयेंगे'
असं म्हणून चालू लागला. चिंतामणीच्या तळपायाची आग मस्तकाला जाऊ
लागली. पण तो काय करू शकणार होता? तेवढ्यात त्याला वाटलं,
रंगभूमीवरचा भीमाची भूमिका करणारा तो नट आता इथं आला असता तर
त्याने त्या ड्रायव्हरची गर्दन पकडून...
... तोच तिसरी टॅक्सी आली. चिंतामणी आपल्याच विचारात दंग होता.
त्याच्या मुलीने टॅक्सीला हात केला.
''कहाँ जायेंगे?'' टॅक्सीवाल्याने विचारलं.
''लालबाग!''
''उधर नही जायेंगे!''
टॅक्सी सुरू झाली आणि चिंतामणीने आपल्या काटकुळ्या हातांची मूठ
सरदारजी ड्रायव्हरला दाखवली. पण गंमत अशी की, चालू झालेली टॅक्सी
वेग घेण्यापूर्वीच थांबली. आपण मूठ दाखवली म्हणून टॅक्सीवाला टॅक्सी
थांबवून मारायला येणार ह्या भीतीने चिंतामणी एक पाऊल मागं सरकला.
तेवढ्यात त्याचा मुलगा ओरडला,
''बाबा, तो पाहा भीम!''
-चिंतामणी चिंचलीकरने धक्का बसून पाहिलं, तो खरोखरच टॅक्सीच्या बॉनेटला
सहजगत्या हातातली गदा टेकवून भीम उभा! सरदारजी टॅक्सीचा मोठा आवाज
करीत होता, पण टॅक्सी इंचभरही पुढे सरकत नव्हती. सरदारजीला घाम
फुटला आणि काय घडतं आहे ह्याची कल्पना येऊन चिंतामणी अक्षरश:
टाळ्या वाजवीत नाचू लागला. शेवटची लोकल गाठण्यासाठी पळणारी
माणसंही ते विसरून हा प्रकार पाहत राहिली. टॅक्सीचा आवाज वाढत होता.
टॅक्सी धुराचे लोट सोडीत होती. सरदारजी कावला होता, चिंतामणी नाचत
होता आणि भीम सहजपणे गदा टेकून उभा होता.
शेवटी स्वत:चं जास्त हसं करून घ्यायचं नाही म्हणून सरदारजीने मोटार बंद
केली. भीमाने आपली गदा उचलली. तो सरदारजीजवळ गेला. दाराचं हॅण्डल

फिरवून दार उघडायचं भीमाला माहीतही नव्हतं आणि त्याला गरजही नव्हती. त्याने सहजी दार खेचलं आणि ते दार कचकड्याच्या खेळण्यावर पाय पडल्यावर त्याची जी अवस्था होईल, तशी अवस्था होऊन उघडलं.

''काय रे पातक्या, लालबागला येत नाहीस तर स्वर्गात येतोस?''-म्हणून भीमाने सरदारजीची मान पकडली आणि उंदराच्या पिल्लाला घारीने उचलावं तसं त्याने सरदारजीला उचललं आणि रस्त्यावर त्याला खाली डोकं वर पाय करून ठेवून दिलं. त्याच्या तंगड्या हातात धरीत त्याने चिंतामणीला विचारलं, ''ह्याचा जरासंध करू का?''

''नको, नको. त्याला तेवढी शिक्षा पुरे.''

भीमाने सरदारजीला विचारलं,

''आता लालबागला येणार का?''

''हां हां-किधर बी आऊंगा.''

''पण आम्हालाच तुझी गरज नाही.'' असं म्हणून भीमाने सरदारजीला उडवलं. तसा सरदारजी चर्नी रोडच्या नव्या पादचाऱ्यांच्या पुलावर जाऊन पडला.

''चला बसा!'' भीमाने चिंतामणीला सांगितलं. चिंतामणी मनातून घाबरला होता. पण न जाणो, आपल्यासाठी ह्या भीमाचं काम करणाऱ्या नटाने एवढी मर्दुमकी केली, आता आपण ह्याचं न ऐकल्याने हा चिडला, तर आपलाही जरासंध व्हायचा. तो बायकोला व मुलांना म्हणाला, ''चला रे, बसा लवकर.'' बायको व मुलं भीत-भीत बसली. चिंतामणी पुढच्या बाजूला बसला.

भीमाने आपली गदा ड्रायव्हरच्या जागेवर ठेवली. कमरेचा शेला सोडला. त्याचं एक टोक टॅक्सीच्या पुढच्या गार्डला बांधलं. चिंतामणी तो अजब प्रकार पाहत राहिला. भीम त्याच्याकडे पाहतच नव्हता. त्याने शेल्याचं दुसरं टोक पकडलं आणि चक्क पळू लागला. त्या सर्व अचाट घटना पाहून भीतीने चिंतामणीच्या बायकोने आणि दोन्ही मुलांनी घट्ट डोळे मिटून घेतले. चिंतामणीही टरकला होता, पण कुठेतरी सुखावलाही होता. टॅक्सी ड्रायव्हरला पिटायची त्याची इच्छा आज पुरी झाली होती. आपल्याला तो लालबागलाच नेतोय ना ह्या विचाराने चिंतामणी मधूनमधून पाहत होता. त्या वेळेला रस्ताभर तुरळक रहदारी होती. जी काही थोडी माणसं होती, ती हा प्रकार अवाक् होऊन पाहत होती. त्या चमत्कारात आपण स्वत: जातीनिशी आहोत ह्याची चिंतामणीला एक सुखसंवेदना, अहंभावात्मक भावना होत होती.

तो काफिला लालबागला आला.

टॅक्सी थांबताच भीतीने पांढरीफटक पडलेली चिंतामणीची बायको व मुलं लगालगा खाली उतरली.

"काय वहिनी, घाबरलात का?" भीमाने शेला पुन्हा कमरेभोवती गुंडाळत विचारलं.
चिंतामणीच्याही आता जिवात जीव आला होता. तो भारावून भीमाकडे पाहत होता. त्याला एवढं करूनही धाप लागली नव्हती, की घामाचा टिपूस दिसत नव्हता. त्या अवाढव्य, दैवी शक्तीपुढे चिंतामणी नतमस्तक झाला. त्याने रस्त्यावरच त्या अवाढव्य मूर्तीला वाकून नमस्कार केला आणि भीत-भीत एकच प्रश्न विचारला,
"आपल्याला हे एवढं कसं काय जमलं?"
"त्यात काय विशेष? लाक्षागृहातून आम्ही पळालो तेव्हा सगळ्यांना मी एकटा खांद्यावर घेऊन मैल न् मैल धावलो होतो."
"म्हणजे आपण..."
"मी भीम! खराखुरा!"
"कुठून आलात आज?"
"इंद्रप्रस्थाहून!"
-ह्या व्यक्तीपासून आपल्याला काहीच धोका नाही हे आता सर्वांनी जाणलं. उत्सुकतेने सर्वजण पुढे झाले.
"इंद्रप्रस्थाहून?" चिंतामणीच्या मुलाने डोळे विस्फारीत विचारलं.
"गेली अनेक तपं तिकडेच आहोत आम्ही सगळे! फार फार कंटाळा आला तेव्हा आलो पृथ्वीवर, काही तासांसाठी."
"स्वर्गात कंटाळलात?" सौ. चिंचलीकरने विचारलं.
"तर काय! किती वर्षं अप्सरा, अमृतपान, चांदण पाहायचं ते? अनेक वर्षांत युद्ध नाही. देहाला व्यायाम नाही. रणांगणात मृत्यू आला म्हणून कौरव पण स्वर्गातच आहेत, पण युद्ध नाही, मारामारी नाही, स्पर्धा नाही. आज 'कीचकवधा'चा बोर्ड पाहिला वरूनच. जुन्या आठवणी आल्या. मल्लयुद्ध आठवलं. दंड अनेक वर्षांत थोपटले नव्हते. मग आलो खाली. नेमका भीमाची भूमिका करणारा कलाकार आजारी होता. खेळ होणारच नव्हता. पण मी काम करायचं मान्य केलं. नाटक पार पडलं. संवाद सारखे चुकत होतो, पण ते तुमच्या दृष्टिकोनातून. मला सगळे खरेखुरे घडलेले प्रसंग आणि जे खरोखरच त्या-त्या वेळी बोललं गेलं ते आठवत होतं. मी त्यामुळे तेच बोलत होतो. ते बोलण्याचं सोडा, मी आलो होतो ते मल्लयुद्धासाठी! कीचकाचं काम करणारा आज खरोखर मेला असता माझ्या हातून! पण ह्या नाटकी कीचकाला मारण्यात काही दम नव्हता. त्या झुरळाला काय मारायचं! हा विचार ऐनवेळी डोक्यात आला. आतली माणसं पण खाणाखुणा करून, 'हे नाटक, खोटं आहे' म्हणून

सांगत होते. मग दिला सोडून! त्या सारथ्याला मघाशी कुबलला तेव्हा जरा बरं वाटलं.''

-भीमाचा सारथी शब्द ऐकून त्या चौघांना मजा वाटली. तो खरोखरच भीम आहे हे समजल्यावर त्यांचा दृष्टिकोनही बदलला. तो खरा भीम होता, ह्यात आता शंकाच नव्हती. हे अचाट साहस केवळ त्यालाच शक्य होतं. कमरेत वाकत चिंतामणी मग म्हणाला,

''महाराज, आम्ही आपल्याला कष्ट दिले.''

''छे छे! उलट माझा राग आणि रग जिरवायची संधी दिलीत.''

''महाराज, आणखी एक विनंती करू का?''

''बोला!''

''एकच दिवस ह्या गरिबाच्या घरी आपली पायधूळ...

''चला.''

-चाळीचा तो जिना भीमाच्या वजनाने मोडायचा नाही ना, ह्या विचाराने चिंतामणीने अगोदर आपल्या बायकोला व मुलांना पुढे घेतलं. मग तो स्वत: आणि भीमाला मागं ठेवलं. पण त्याच्या हे लक्षात आलं नाही की यदाकदाचित् जिना कोसळलाच तर उद्या कुणाला खालीही उतरता येणार नाही.

पण तसं काहीएक न घडता ते सुखरूप वर आले. चिंतामणीची एवढीशी जागा पाहून, त्या जागेत बसायचं कुठे असा त्याला प्रश्नच पडला. पण आता त्या एवढ्याशा घरात चैतन्य आलं होतं. त्या चौघांची एकच धावपळ सुरू झाली. त्यांनी भीमाला त्यातल्या त्यात उच्चासन दिलं. ती दोघं त्याच्यापुढे मग नम्रतेने उभी राहिली.

''महाराज, काय सेवा करू आता?''

''काहीतरी खायला आणा, भूक लागली आहे.''

चिंतामणीच्या बायकोने चमचा-बशी काढल्यावर चिंतामणी म्हणाला,

''खुळी की काय तू? ताट घे.''

-त्या ताटात चिंतामणीने डब्यातले पाच लाडू ठेवले. सकाळीच आणलेलं फरसाणही ओतलं आणि ते ताट त्याने भीमासमोर ठेवलं.

भीमाने पाच घासांत पाच लाडू संपवले. फरसाण फस्त केलं.

चिंतामणीने विचारलं,

''आणखी काय घेणार?''

''घेऊ की!''

-घरात फक्त लाडूच उरले होते. सगळा डबा रिकामा करीत चिंतामणीने दुसरं ताट बाहेर आणलं. ते दहा-बारा लाडूही फस्त झाले.

"पोहे करू का?" सौ. ने विचारलं.
"जरूर!" भीम म्हणाला.
घरात होत्या-नव्हत्या पोह्यांचे फोडणीचे पोहे झाले.
तेही संपले.
चिंतामणी म्हणाला, "आता शिरा कर."
न राहवून बायको म्हणाली,
"रवा कुठे आहे घरात? तो वाणी छळतोय ना! आज रेशनवर अर्धा शेर रवा मिळायचा होता, मेल्याने देत नाही-संपला म्हणून सांगितलं."
हातातली गदा उचलीत भीम म्हणाला,
"मला दाखवा तो वाणी!"
-चिंतामणीची खूप दिवसांनी आणखी एक इच्छा पुरी होणार होती. पण कुठेतरी धास्ती होती. तो म्हणाला,
"महाराज, आपण जाल आणि मी सापडेन."
"तसं होणं शक्य नाही. तू इथून दुकान दाखव."
-चिंतामणी चिंचलीकराने दुकान दाखवलं. भीम गदा परजीत गेला. चिंतामणी वरूनच पाहत राहिला. बरोबर बायकोमुलंही. चिंतामणीने बायकोला व मुलीला तेवढ्यात ठणकावलं,
"कुठं बडबडू नका आत्ताचा हा प्रकार! नाहीतर मला फासावर चढवाल."
भीम रस्ता ओलांडून दुकानापाशी गेला. तीन-तीन कुलपं लावलेलं ते रोलिंग शटर त्याने लीलया एका हाताने खेचलं. समोरच त्याला निरनिराळ्या बरण्या गच्च भरलेल्या दिसल्या. भीम तिथंच मांडी घालून बसला. रस्त्यावरच्या दिव्याच्या प्रकाशात सगळं दिसत होतं चिंतामणीला. खरोखरच तो देखावा मजेदार होता. मानेवर केस लोळत आहेत, डोक्यावर खऱ्या सोन्याचा मुकुट चमकतोय, बलदंड शरीरावर राजचिन्हांकित पोषाख आहे आणि पोलादी हातात भरगच्च गदा-अशा थाटात भीम बाजूला नाना वस्तूंनी भरलेल्या बरण्या घेऊन बसला होता.
सुमारे तासाभराने जवळजवळ निम्म्याअधिक बरण्या रिकाम्या करून भीम परतला तो पाठीवर रव्याचं व साखरेचं एकेक पोतं घेऊनच!
"वहिनी, मला खायला आता काही करू नका. मी एक बरणी काजू, तीन बरण्या वेफर्स, दोन डबे सुकामेवा आणि चार बरण्या बिस्किटं खाऊन आलोय. हे फक्त ठेवा."
मनातला आनंद मनात लपवणं चिंतामणीच्या बायकोला आता शक्य होईना. तरी ती म्हणाली, "भावजी, आपण हे आणलंत खरं, पण हे सांभाळणं

आमच्याने होणार नाही. कधी उघडकीला आलं तर आमचा चुरा होईल.''

''त्यावेळी माझी आठवण करा. मी आहे पाठीशी.''

त्या एवढ्याशा जागेत भीमही झोपला. पहाटे त्याला जाग आली ती चिंतामणीच्या बोलण्याने.

''आजही तो हरामखोर दूध देत नाही.''

''कोण?'' भीम गरजला.

मग सगळं सांगणंच प्राप्त झालं.

-दूधकेंद्रावरचा तो माणूस 'रामनामा'चा जपच करायला लागला. काही वेळ त्याला वाटलं, डोळ्यांवर झोप राहिली आहे, त्याचाच हा परिणाम आहे. पण नाही, हे स्वप्न नव्हतं, तो भास नव्हता. खरोखरच गदा घेऊन कुणीतरी भीमासारखा गृहस्थ उभा होता.

''दूध हवंय.''

''कार्ड दाखवा.'' क्लार्क भीत-भीत म्हणाला.

ते ऐकताच आपल्या अवाढव्य भुजा पसरीत, क्लार्कसकट भीमाने तो 'बूथ'च उचलला. जिवाच्या आकांताने तो ओरडला, ''घ्या, घ्या! सगळ्या बाटल्या घ्या! पैसेही नकोत, पण मला सोडा.''

-दोन डझन बाटल्या घेऊन भीम चिंतामणीकडे आला. सगळेजण यथेच्छ दूध प्यायले.

''आता आमच्या जाण्याची वेळ होत आली, आणखी काही संकटं असतील तर सांगा.''

-भीमाच्या तोंडून हे वाक्य येताच चिंतामणीची मुलगी म्हणाली,

''काका, शेजारचे ते मवाली मला छळतात.''

''काय? मग राज्यकर्ते काय करतात?'' भुवई चढवत भीम गरजला.

''सर्वांवर प्रेम करा म्हणतात.''

''असं म्हणणं भ्याडपणा आहे. थंडपणा आहे. आमच्या दादांनी-धर्मराजांनी शांतीचं धोरणच स्वीकारलं होतं. काय झालं? कौरव सुधारले कधी? अरे 'टोला'च हवा. तोही असातसा नाही. भीमटोला हवा! प्रेमबीम झूट आहे. तुम्ही प्रेमाने वागताहात हे समजण्याची अक्कलही समोरच्या माणसात नसते. चल बरं बेटा! मला दाखव ते मवाली!''

-भीमाला ते मवाली चिंतामणीच्या मुलीने गॅलरीतून दाखवले. आत्ता ते चौघेही फूटपाथवर झोपले होते.

''हे राहतात कुठे?''

''याच शेजारच्या पडक्या इमारतीत. दिवसभर सट्टा, जुगार खेळतात.

हातभट्टीची दारू विकतात. टिंगल-टवाळी करतात. पोलीस पण भीतीने त्यांना सामील आहेत.''

"अरेरे, मला वाटलं, कौरवांनंतर पृथ्वीवरची दुष्ट माणसं संपली असतील. भिऊ नकोस पण. मी त्यांचा जाता-जाता निकाल लावतो.''

-भीम निघाला. सगळ्यांच्या डोळ्यांत तरारून पाणी उभं राहिलं. ते अश्रू आनंदाचे होते. आपल्यासारख्या दुबळ्यांनाही एक फार मोठा कुणाचा तरी आधार आहे, आपण पोरके नाहीत-ह्या समाधानाचे ते अश्रू होते.

-जिन्यापर्यंत सर्वजण भीमाला निरोप द्यायला गेले. नंतर परत येऊन, दुरून हात हलवून निरोप देण्यासाठी सगळे गॅलरीत आले, पण रस्त्यावर भीम कुठे दिसेना. तेवढ्यात एक प्रचंड आवाज कानावर आला. सगळेजण दचकले. आजूबाजूच्या चाळीतले लोकही त्या आवाजाने जागे झाले. गॅलरीत धावले. पाहतात तो मुळात खिळखिळी झालेली चाळ कोसळत होती. लोकांना नवल वाटलं. पण चिंतामणी चिंचलीकरच्या कुटुंबाला, परिवाराला अगदी स्पष्ट दिसत होतं, भीम आपल्या गदेचे प्रहार त्या इमारतीवर करत होता आणि ती इमारत हलके-हलके कोसळत होती. फूटपाथवर दगड-विटांचा खच दिसत होता.

-घरात येऊन, मारुतीच्या तसबिरीपुढे लोटांगण घालीत चिंतामणी म्हणाला, "मारुतीराय, प्रचिती दाखवलीस बाबा!''

★

वाण नाही पण...

प्रदीप साखळकरची ही विचित्र 'थिअरी' तुम्हाला पटणार नाही हे मी प्रथमच सांगतो. प्रदीपचा मित्र रमाकांत शेवडे त्या दिवशी त्याप्रमाणे प्रदीपचं ते अजब विधान ऐकून म्हणाला, 'बोगस!' -तसंच तुम्हीही कदाचित एकदम म्हणाल, 'बोगस!'

-पण असं एखाद्याला एकदम 'बोगस' ठरवू नका! जग तुम्हाला वाटतं त्यापेक्षा फार निराळं आहे. समोर दिसणारा माणूस हा दिसतो त्यापेक्षा फार निराळा असतो. तर्काला सोडून किंवा स्वत:च्या वृत्तीला सोडून तो एकदम वेगळीच कृती करून दाखवतो. तुम्ही चमकता. हे कसं घडलं, असं निष्कारण, वारंवार दुसऱ्यांना विचारीत बसता! आपल्याला माणसं कशी आहेत हे अजून समजत नाही, असं म्हणत स्वत:ला अज्ञानी मानून गप्प बसता.

-असं का होतं माहीत आहे का?-मी सांगतो. आपण पटकन् एखाद्याला 'बोगस' म्हणून निकालात काढतो व मोकळे होतो. मला तुम्ही सांगा, एवढ्या घाईघाईने निर्णय घेऊन तुम्हा-आम्हाला कुठं जायचं असतं? ही घाई नडते आपल्याला! आपण थोडं शांतपणे घेतलं तर माणसाच्या सगळ्या हालचाली आपल्याला समजतील. माणसाच्या हालचाली, माणसाचे विचार ह्यावर कितीएक गोष्टींचा पगडा असतोच असतो. पण निर्जीव वस्तूही माणसांवर आपली हुकमत गाजवतात.

-चमकलात ना ह्या विधानावर? चमकणारच! प्रदीप साखळकर त्या दिवशी रमाकांत शेवडेला असंच म्हणाला, तेव्हा रमाकांत पटकन म्हणाला, ''बोगस!''

''बिलकूल नाही. निर्जीव, जड वस्तूही माणसावर परिणाम करतात. त्यांचे विचार बदलून टाकतात.''

''अशक्य!''

''अरे अशक्य काय? - माणूस ग्रहांच्या अंगठ्या काय मग उगीच वापरतो की काय?''

प्रदीपचं हे विधान रमाकांतला खोडून काढता आलं नाही. आणि नंतर ज्या घटना घडत गेल्या, त्या पाहून तर रमाकांतने प्रदीपला गुरूच मानलं. अर्थात त्या सर्व घटना केवळ रमाकांतच्या बायकोमुळे घडल्या!

रमाकांतची बायको हे एक महान कोडं-इन् जनरल बायका म्हणजे चालती-बोलती कोडीच असतात, पण रमाकांतची बायको म्हणजे त्यातल्या त्यात एखाद्या विशेषांकाप्रमाणे विशेष कोडं होतं.
रमाकांतचं लग्न झाल्यावर स्वतंत्र बिऱ्हाडासाठी तो जागा शोधायला लागला. त्यावेळी रमाकांतची बायको त्रिवेणी त्याला म्हणाली,
''माणसांचा संपर्क होणार नाही अशी जागा पाहा. खोलीत अंधार चालेल, हवा कमी चालेल, पाण्याची गैरसोयही मी खपवून घेईन; पण जाता-येता माणसांना सहज डोकावून पाहता येईल अशी जागा नको.''
रमाकांतचं व त्रिवेणीचं नशीब बलवत्तर म्हणायचं. त्यांना विलेपार्ल्याजवळ एका चाळीत जागा मिळाली. ती चाळ तशी दिसायला फार और होती. दारंखिडक्या, भिंती, जिने सगळंच काही विचित्र होतं. त्या चाळीसमोर आणखी एक चाळ होती. ती ह्या मानाने कितीतरी उजवी होती. एकाच मालकाच्या त्या दोन चाळी, पण त्यांच्या बांधणीत जमीन-अस्मानाचा फरक होता.
पण रमाकांत-त्रिवेणीला त्याच्याशी कर्तव्य नव्हतं!-चाळ नवी होती. ती जोवर एवढ्यात पडण्याची भीती नव्हती तोवर तिथं राहायला हरकत नव्हती. खोली कोपऱ्यातली होती, अगदी त्रिवेणीला हवी तशी! दोनच खोल्या होत्या, पण चांगल्या हवेशीर होत्या. हवेशीर म्हणजे वाजवीपेक्षा जास्तच हवा होती. कारण पुढच्या खोलीला पाच खिडक्या होत्या. त्या पाच खिडक्या तरी सारख्या असायच्या? छे! नाव नको. बारकाईने पाहणाऱ्या माणसाला त्या प्रत्येक खिडकीत काय-काय फरक आहे ते पटकन् कळलं असतं. खिडक्यांचे नुसते गज जरी मोजले असते तरी पत्ता लागला असता.
पण कसंही असलं तरी त्रिवेणी त्या जागेवर खूष होती. कारण त्या खोलीला माणसांचा संपर्क होणार नव्हता. त्रिवेणी फार म्हणजे पराकाष्ठेची माणूसघाणी होती. रमाकांतच्या वारंवार येणाऱ्या मित्रांशीही त्रिवेणी चकार शब्द बोलायची नाही. प्रदीपने तर रमाकांतचं घर वर्ज्य केलं होतं.
रमाकांत व त्रिवेणी ह्यांना पार्ल्याच्या जागेत आता नुकतेच दोन-तीन महिने झाले होते. एके दिवशी रमाकांत व त्रिवेणी एरोड्रोमच्या बाजूला फिरायला चालले होते, तेवढ्यात समोरून एक गृहस्थ आला. त्रिवेणीकडे पाहून तो हसला व त्याने 'ठीक आहे ना?' म्हणून विचारलं.

रमाकांतला प्रचंड धक्का बसला. त्याने त्रिवेणीकडे पाहिलं. तिच्या कपाळावर आठी पाहून तर तो आणखीनच बुचकळ्यात पडला.

''तुझ्या ओळखीचा आहे का तो?''

''भलतंच? –तुमच्या नातेवाईकांशी पण मी कधी बोलत नाही फार. मी किती माणूसद्वेष्टी आणि विचित्र बाई आहे तुम्हाला माहीत आहे.''

''मग तो प्राणी कसा बोलला?''

''आता मला काय माहीत ते!''

''म्हणजे त्याने तुझी सभ्य भाषेत टवाळी केली का?''

''असेलही.''

ह्या दोघांचा हा संवाद होईतो तो गृहस्थ दूरवर गेला होता. रमाकांत त्याच्यामागे धावत गेला. पाठीमागून त्या माणसाची मान पकडीत रमाकांत म्हणाला, ''काय हो मिस्टर, सभ्य माणसासारखा पोषाख करून वावरता आणि अनोळखी बायकांची छेड काढता का?''

पण तो प्राणी ताकदवान होता व शांतही होता. त्याने आपली मान सहज सोडवून घेतली व तो बिलकूल आवाज न चढवता म्हणाला,

''मी ओळखीचा आहे की नाही हे तुमच्या बायकोला अगोदर विचारा.''

''ती तुम्हाला ओळखत नाही.''

''ठीक आहे. मग तुमच्या बायकोला विचारा की, खिडकीतून अनोळखी माणसांना खुणा कोणत्या बायका करतात?''

रमाकांत चमकला! तोवर आजूबाजूला गर्दी झाली आणि तेवढ्यात रमाकांतच्या इमारतीचा मालक त्याच्या मोटारीतून तिकडून जात असताना गर्दी पाहून थांबला. नुसता थांबला इतकंच नाही, तर ज्या गृहस्थाची रमाकांतने मान पकडली होती त्या गृहस्थाला मालक म्हणाले,

''कोण?गोपिनाथ?–काय प्रकार आहे? Are you in difficulties?''

''छे, छे! ह्यांचा जरा गैरसमज झालाय.''

तोच मालक म्हणाले, ''कोण शेवडेसाहेब का? अरे काय भानगड आहे?''

''काही नाही मालक.'' रमाकांत चेहरा टाकून म्हणाला.

''चला गोपिनाथ, तुम्हाला लिफ्ट देतो.''

आणि तो गृहस्थ मालकांच्या मोटारीतून गेला. फिरणं आटोपतं घेऊन रमाकांत-त्रिवेणी घरी परतली. ती दोघं घरी आली, पण रमाकांतचं लक्ष लागेना. तो पुन्हा खाली उतरला व तडक समोरच्या इमारतीत मालकांच्या ब्लॉकमध्ये गेला. मालकांनी पहिलाच प्रश्न विचारला,

''काहीतरी घोटाळा होता समजुतीचा मघाशी? काय झालं होतं?''

"ते सांगतो, पण तो गृहस्थ तुमच्या चांगल्या ओळखीचा दिसतोय."

"अहो, तो टेनंट आहे माझा. ह्याच चाळीत आहे. त्याच्यासारखा सालस माणूस मी आजवर पाहिला नाही."

"मग त्याने माझ्या बायकोची चेष्टा का करावी?"

"चेष्टा केली म्हणजे काय केलं? ठीक आहे ना? - एवढंच विचारलं ना?"

"पण ओळख नसताना का विचारावं?"

मालक रमाकांतच्या ह्या प्रश्नावर गप्प बसले. आणि जरा वेळाने शांतपणे म्हणाले,

"मिस्टर शेवडे, मामला जरा नाजूक आहे. मला तुमची किंवा तुमच्या मिसेसची काहीच माहिती नाही फारशी. पण गोपिनाथला फार वर्षं ओळखतोय. त्याचं म्हणणं फार निराळं आहे."

"मला कळू दे."

"तुम्हाला फुकट मन:स्ताप होईल."

"होऊ दे, सांगा!"

"गोपिनाथ म्हणतो, तुमची बायको खिडकीतून त्याला भलभलत्या खुणा करते."

रमाकांत सर्द झाला. तिथं फार वेळ न थांबता तो घरी आला. त्रिवेणीने विचारलं,

"काय म्हणतात मालक?"

"ते त्याच माणसाची बाजू घेतात."

"जगात हलकट माणसांचीच मेजॉरिटी असते हेच खरं."

डोक्याला खूप त्रास करून घेतल्यावर एके दिवशी प्रदीप साखळकरला रमाकांतने हा किस्सा सुनावला. प्रदीपला खाद्य मिळालं.

"मी त्याचा छडा लावतो." त्याने विडा उचलला.

एखाद्या डिटेक्टिव्ह ऑफिसरप्रमाणे प्रदीपने मग रमाकांतचं घर बारकाईने पाहून घेतलं आणि मग तो एक दिवस रमाकांतच्या समोरच्या इमारतीत मुक्कामाला गेला. त्या गॅलरीतून त्याला आता रमाकांतच्या चाळीतले सगळे व्यवहार दिसत होते. रमाकांत कामावर गेला. आणि खरोखरच त्रिवेणीने खिडकीत उभं राहून प्रदीपलाच खुणा करायला सुरुवात केली. एरवी आपल्याला ही बाई ओळखही दाखवत नाही, मग हा अजब प्रकार काय आहे? म्हणजे ह्या मामल्यात गोपिनाथचं म्हणणं खरं ठरतं. मग रमाकांतला फार मोठा धक्का बसेल. काय करावं? वहिनी पण तशा नाहीत.

शेवटी एक कल्पना मनात येऊन प्रदीप तडक मालकांकडे गेला. त्याने रमाकांतची ओळख सांगितली. नमस्कार-चमत्कार झल्यावर प्रदीपने विचारलं,
''काही दिवस खोली मिळेल का राहायला?''
''सॉरी! तेवढंच फक्त विचारू नका.''
''पेईंग गेस्ट म्हणून पण मिळायची नाही?''
''तुमच्या दोस्तालाच विचारा की!''
''नको. मित्रा-मित्रात व्यवहार नको वाटतो. तशी मला गरज फार कमी दिवसांसाठी आहे. माझ्या इमारतीचं बांधकाम सुरू झालं की प्लॉटवरच एक झोपडी उभी करून किंवा तंबू ठोकून राहीन.''
बांधकामाचं नाव काढल्यावर समोरची असामी बडी आहे हे मालकांनी ओळखलं.
''हात्तिच्या! तोवर माझ्या ब्लॉकमध्ये राहा. कुठं घेतलीय जागा?''
''हा काय, पलीकडचाच प्लॉट नजरेत भरलाय.''
''म्हणजे खरेदी व्हायची तर अजून? माझाही त्या प्लॉटवर डोळा होता. पण तो सुंदरलाल खाली यायला तयार नाही.''
प्रदीप आता जरा गडबडला. पण 'सुंदरलाल' हे त्या प्लॉटच्या मालकाचं नाव त्याला आपोआप कळलं. पुन्हा खडा टाकायचा म्हणून तो म्हणाला,
''किती म्हणतोय?''
''नव्वदच्या खाली यायला तयार नाही.''
''मलाही अडवलंय त्याच आकड्यावर. मी सत्तर कबूल केले होते.''
''अहो, ती ऑफर मीही त्याला दिली होती.'' मालक म्हणाले.
आपली आणखी एक 'ट्रिक' यशस्वी झाल्याचा प्रदीपला आनंद वाटला. आता आपल्याला हव्या त्या मुद्याकडे गाडी वळवणं आणखी शक्य झालं होतं ह्याची प्रदीपला खात्री वाटली. तो मग हळूच म्हणाला,
''समोरची बिल्डिंग अलीकडचीच ना?''
''हो.''
''काय बिल्डिंग कॉस्ट पडली?''
''तेवढंच नका विचारू. कारण समोरच्या इमारतीत मी वाट्टेल ते प्रकार केले आहेत.''
''कसे काय?''
''पुष्कळ तऱ्हेने. जस्ट टू रिड्यूस द कॉस्ट.''
''म्हणजे नक्की काय केलंत?-प्लीज गाईड मी.'' प्रदीपने जाणूनबुजून स्वत:कडे कमीपणा घेत म्हटलं. एखाद्या पैसेवाल्या माणसाला, 'मला

मार्गदर्शन करा' म्हटलं की तो एकदम खूष होतो, हे प्रदीपने हेरलं होतं. मनुष्यस्वभावाची ही कळ कुठल्याही माणसाला बोलकं करण्यासाठी दाबता येते हे प्रदीपला माहीत होतं. इथंही तीच 'कळ' कामी आली. मालक उत्साहाने म्हणाले,

''या बाहेर. तुम्हाला प्रत्यक्षच काय ते दाखवतो.''

प्रदीप उठला. मालकांच्या पाठोपाठ बाहेर आला. समोर बोट करीत मालक म्हणाले,

''ते पाहा आता! तळमजल्यावरचा तो दरवाजा आहे लोखंडी जाळीचा. तो मी पुण्याहून मागवला.''

''पुण्याहून?''

''हो, म्हणजे आमच्या कॉन्ट्रॅक्टरने त्याच्याजवळ पुण्याच्या एका इमारतीसाठी तो बनवलेला होता, पण पुण्यातल्या लोकांनी ऐनवेळी तो नापसंत केला. मग तो मी पाऊण किंमतीत मिळवला. त्यात माझे एकशे बारा रुपये वाचले. म्हणून म्हणालो, बिल्डिंग कॉस्ट विचारू नका. आता तुमच्या दोस्ताने खोली घेतली ना, त्याचंच पाहा.''

प्रदीप कान टवकारीत म्हणाला,

''त्याचं काय?''

''ती खिडकी पाहा ना, इतर सर्व खिडक्यांपेक्षा निराळी वाटते ना?''

''हो.''

''आता ती खिडकी काय मी मुद्दाम बनवली? मुळीच नाही. गिरगाव-ग्रँट रोड भागात एक मोठी इमारत कोसळली. अर्धी कोसळली आणि अर्धी कॉर्पोरेशनने पाडली. त्यातलं मटेरियल मी लिलावात घेतलं. ह्यात मला बऱ्याच खिडक्या मिळाल्या. त्या मी खालच्या दुकानांना वापरल्या. मागच्या बाजूला आणि एक त्यातल्या त्यात चांगली होती ती तिथं वापरली.''

प्रदीपच्या टाळक्यात त्याच क्षणी एक कल्पना आली. संतोषाने मान हलवीत तो म्हणाला,

''वा, वा, तुम्ही ही चांगली आयडिया दिलीत. मालक, मला ती इमारत कुठे होती हे एक्झॅक्टली सांगाल का?''

''तिथं तुम्हाला आता काहीच मिळायचं नाही. पण...''

''त्यासाठी नाही. सहज विचारतो.''

मालकांनी पत्ता सांगितला.

मालकांनी दिलेल्या पत्त्यावर प्रदीप गेला. तिथं पाहतो तो एका नव्या इमारतीचं

बांधकाम वेगाने चाललं होतं. पडलेल्या इमारतीचा मागमूस तिथं उरला नव्हता. माहिती मिळण्याचं उत्तम ठिकाण म्हणजे एखादं हेअर कटिंग सलून! प्रदीप समोरच्याच सलूनमध्ये गेला. प्रदीप जेव्हा आत शिरला तेव्हा सलूनचा नोकर सलून झाडत होता. आरशासमोर खुर्चीवर बसत प्रदीप म्हणाला,

''ह्या समोरच्या बांधकामापायी धुरळा फार येत असेल?''

सलूनवाला लगेच म्हणाला,

''काही विचारू नका साहेब! तरी बांधकामाचा कचरा परवडला. मागं इमारत पाडायचं काम चाललं होतं, तेव्हा फार वैताग आला.''

''तुम्हाला फक्त धुराळ्याचा त्रास झाला, पण त्या इमारतीत जे लोक राहत होते त्यांना केवढा वैताग आला असेल.''

''आता साहेब, वैताग म्हणजे साफ पोटापाण्याचा धंदा बसला की काही-काहींचा.''

''कोण-कोण होते रे?''

''साहेब, ते तुमच्यासारख्यांनी विचारू नये आणि आम्ही सांगू नये.''

''का?''

''साहेब, ते न सांगण्यासारखं आहे.''

सलूनवाल्याच्या कलाने घ्यायचं म्हणून प्रदीप म्हणाला,

''बरं नका सांगू. कारण तुमच्यासारखा सरळ माणूस उगीच आढेवेढे घ्यायचा नाही.''

ही आणखी एक मनुष्यस्वभावाची कळ. अगदी हलकटातल्या हलकट माणसाला, 'काड्या' घालणाऱ्या माणसालाही लोकांनी आपल्याला सरळ स्वभावाचा म्हणून ओळखावं अशी भूक असते. तीच कळ प्रदीपने दाबली. सलूनवाला खुलला. म्हणाला,

''नाही, म्हणजे साहेब, तसं नाही विशेष! पण साहेब, तुम्ही बाहेरगावचे की इथले?''

''मी साताऱ्याचा.''

''मग बरोबर. मग तुम्हाला सांगायला हरकत नाही. साहेब-साहेब, इथं सगळ्या 'त्या' बायका राहायच्या.''

एवढं बोलून सलूनवाल्याने नाकपुडीवर बोट आपटलं.

प्रदीप साखळकर रमाकांतच्या घरी जाऊन रमाकांतला म्हणाला, ''मालकांकडून ही एवढी खिडकी कायमची बंद करून घे, नाहीतर बदलून घे!''

★

साप

डॉक्टरांनी दिलेल्या गोळ्यांची बाटली खिशात टाकून मी त्यांच्या खोलीतून बाहेर आलो. मला पाहताच लिफ्टमनने लिफ्ट थांबवली. मी न सांगता तो मला पाचव्या मजल्यावर घेऊन गेला. मला सलाम करून तो लिफ्ट घेऊन खाली गेला.

जवळच्या लॅच कीने मी ब्लॉकचा दरवाजा उघडला. दरवाजा बंद करून मी माझ्या बेडरूममध्ये गेलो. आता जाताच मी तिथलं एअरकंडिशनिंग मशीन चालू केलं. खोलीत गारवा भासायला लागण्याआधी अर्धा तास तरी थांबावं लागणार होतं. गॅलरीचा दरवाजा उघडून मी गॅलरीत आलो. खंबाला हिलवरची ही पाच मजली इमारत माझ्या मालकीची आहे. समोर पाह्यलं की सतत धावपळ करणाऱ्या मोटारी दिसतात. माणसं सारखी इकडून तिकडे धावत असतात. माणसं अशी सारखी कुठं धावतात? माझी खात्री आहे. आता या समोरच्या रस्त्यावर जेवढा ट्रॅफिक आहे, तेवढाच ट्रॅफिक ह्याच घटकेला महंमद अली रोडवर पण असणार किंवा घोडबंदर रोडवर पण असणार. मुंबईच्या रस्त्यारस्त्यातून, गल्लीबोळातून माणसं सारखी पळापळ करताहेत. विरारपासून कुलाब्यापर्यंत आणि कल्याणपासून बोरीबंदरपर्यंत-माणसं मिळेल त्या वाहनातून सारखी ये-जा करीत आहेत. ही माणसं कुठं जातात?

-मी स्वत:ला प्रश्न विचारला आणि मला हसायला आलं. पंधरा मिनिटांपूर्वी मी ह्याच गर्दीचा एक घटक झालो होतो. रस्त्यावरच्या इतर कोणत्याही माणसापेक्षा माझंच काम महत्त्वाचं आहे अशा आविर्भावात मी चाललो होतो. माझं काम महत्त्वाचं होतं ह्यात अर्थातच वाद नव्हता. जीवन-मरणाचा प्रश्न होता तो माझा! त्यावर मला उपाय हवा होता. तो उपाय, मला कुलाब्याचे डॉ. दफ्तरी सांगणार होते. मी त्यासाठी जीव टाकत गेलो. पण दफ्तरी मला भेटले नाहीत. शेवटी माझ्याच इमारतीत पहिल्या मजल्यावर कन्सल्टिंग रूम उघडून बसलेल्या नेहमीच्या डॉक्टरांकडे मी गेलो. त्यांनी दिलेल्या गोळ्यांची बाटली खिशात टाकून, वर येऊन हा असा उभा राह्यलो.

मला तसं काहीही कमी नाही. खंबाला हिलवरची ही भव्य इमारत मालकीची. दाराशी मर्सिडीझ् गाडी. एका मोठ्या मिलचा मी मॅनेजर आहे. नेहमी फिरतीवर, दौऱ्यावर असतो. बहुतेक प्रवास विमानाने. रेल्वेने केलाच तर अर्थात पहिल्या वर्गाने प्रवास. थोडक्यात फायनान्शियली साऊंड. लग्न वगैरे आपल्याला मंजूर नाही. मैत्रिणी चिक्कार! त्यांतल्या नव्वद टक्के माझ्या श्रीमंतीवर खूष. आय डोण्ट केअर. साल्या लुबाडून-लुबाडून किती लुबाडतील? मी त्याला खरं तर लुबाडणं म्हणतच नाही. हिंदुस्थान मुळातच दरिद्री. वैभवाची जास्तीत जास्त मर्यादाच आखूड. कल्पनाशक्ती तोकडी. भूक माफक. स्वप्नं बेतलेली. मागून-मागून मागतील काय?-तर महिन्याला साडी, उंची जेवण आणि मोटारीचा जाता-येता घरपोच प्रवास. सौख्याची ही परमावधी त्या पोरींची. ह्याला लुटणं किंवा लुबाडणं कोण म्हणेल?-ही झाली त्यांची किंमत. कॅश पेमेंट!

थोडक्यात, आबादीआबाद आहे.
नाही फक्त एकच!
रात्री झोपच लागत नाही. येस्! इन्सोमेनिया! म्हणजे मराठीत चक्क निद्रानाश म्हणतात तो विकार.

गेली सात-आठ वर्षं सहन करतोय. अनेक उपचार झाले. अक्षरश: गावोगावीचे डॉक्टर झाले. गुण नाही. सुधारणा नाही. सगळं आहे, फक्त झोप नाही. डोळे टक्क उघडे ठेवून सिलिंग, नाहीतर आकाश, नाहीतर हे असं गॅलरीत येऊन पळणाऱ्या मोटारी बघायच्या. इमारतीतले सगळे घोरत असतात. लिफ्टमन आणि शोफरसुद्धा सगळेच्या सगळे झोपलेले, केवळ आपण जागे, हा अनुभव फार भयाण आहे.

ही भयाणता गेली आठ वर्षं मागं लागली आहे. त्या दिवशी नागपूरला विमानाने न जाता रेल्वेने गेलो आणि तिथं सगळं चुकलं. गाडीत फर्स्ट क्लासच्या डब्यात तो महाभयंकर माणूस-माणूस कसला, राक्षसच तो-भेटला आणि तेव्हापासून झोप उडाली ती उडालीच.
अजून थरकाप होतो ते आठवलं म्हणजे! त्याचा चेहराच फार भयानक होता. तोंडावर देवीचे वण. एक डोळा साफ गेलेला. केस अवाढव्य वाढलेले. गळ्याभोवती एक अत्यंत फालतू, रंगीबेरंगी, हीन अभिरुची दाखवणारा मफलर, तोंडात पान आणि सिगारेट. जवळचं सामान पण एकूण विक्षिप्तपणाला साजेसं. गाडी सुटायच्या वेळेस तो प्राणी नीट दिसला असता

तर त्या डब्यातून आपण प्रवास केलाच नसता. अर्थात तो नीट दिसणं शक्यही नव्हतं. वरच्या बर्थवर डोक्यावरून पांघरूण घेऊन तो झोपला होता. आपल्यालाही झोप लागली. गाढ लागलेली ती शेवटची झोप. पहाटे-पहाटे आपल्याला जाग आली. आणि त्याचा एकूण अवतार पाह्यला. पुरुषासारखा पुरुष असूनही मी त्या माणसाला पाहून तेव्हा टरकलो. अज्ञानात केवढा आनंद असतो ह्याची कल्पना तेव्हा आली. त्या राक्षसाला जर मी रात्री बघितला असता तर नक्की त्या डब्यातून प्रवास करण्याचं धाडस मला झालं नसतं.

गाडीतून उतरल्याबरोबर मी सरळ विजयच्या घरी गेलो. विजय माझा क्लासमेट. विजय सरमळकर, अशोक धाक्रस, प्रताप नागपूरकर आणि शुभदा चिटणीस ही आमची दोस्त मंडळी. शुभदाचं नुकतंच तेव्हा लग्न झालं होतं. ह्या मुक्कामात त्या प्रत्येकाकडे एकेक दिवस काढण्याचा माझा बेत होता. आठ वर्षांपूर्वीची हकीगत. आज सही न् सही आठवत आहे. उद्या पुन्हा नागपूरला जायचं आहे. उद्या मात्र विमानानेच जाणार. गाडीने जाण्याची माझी हिंमतच व्हायची नाही. आठ वर्षांपूर्वीचा तो भयंकर माणूस मला नक्की पुन्हा भेटणार नाही. उद्या विमानाने जायचं. ह्या चौघांना भेटायचं. आठ वर्षांत त्यांच्यात काय काय फरक झाला ते बघायचं. आठ वर्षांपूर्वी तो नवी मोटार घेण्याच्या धांदलीत होता. त्याच्या मोटारीचं उद्‌घाटन तेव्हा मीच केलं.

त्या दिवशी मी गाडीतून उतरलो आणि सरळ त्याच्या घरी गेलो. माझा चेहरा पाहताच तो म्हणाला,
"तू खूप थकलेला दिसतोस. कशाने?"
"हे काय विचारणं झालं तुमचं? प्रवास नाही का झाला त्यांचा?" मध्येच विजयावाहिनी म्हणाल्या.
"तो आरामात फर्स्ट क्लासने येतो. प्रवासाचा कसला आलाय शीण? मामला जरा निराळा असेल."
"तू म्हणतोस ते खरं आहे. मामला जरा निराळा आहे."
आणि मग मी त्या दोघांना सगळी हकीकत सांगितली. तेही काही काळ विचारात पडले. त्या मुक्कामातले माझे तीन-चार दिवस फार मजेचे गेले. विजय आणि विजया दोघंही मजेत होते. विजयची नवी मोटार आम्ही खूप पादडली. दोघंही स्वभावाने चांगली होती. पण वहिनी जरा गर्विष्ठ होत्या. तो गर्व श्रीमंतीचा होता.
धाक्रसला पण नुकतंच प्रमोशन मिळालं होतं. तो बँकेत होता. बँकेतर्फे त्याला

ब्लॉक मिळाला होता. धाकटा भाऊ नुकताच एम्. ए. झाला होता. तो मिळवता झाला होता. त्यानेही चांगली नोकरी मिळविली होती. धाक्रसवरचा कुटुंबाचा भार त्याने उचलला होता.

प्रताप नागपूरकर बडा लेखक झाला होता. त्याच्या नव्या कादंबरीला बक्षीस मिळालं होतं. तो मात्र माझ्याशी जसा बोलायला हवा होता तसा बोलला नाही. ती गोष्ट मला तेव्हा फार लागली होती. खूप दिवस ते मनात राह्यलं होतं. पण आता मी ते विसरलो आहे.

शुभदा चिटणीसचं लग्न होऊनही शिक्षण चालू होतं. त्या वर्षाची कॉलेजची जास्तीत जास्त बक्षिसं तिने पटकावली होती. त्याशिवाय प्राध्यापक गडकऱ्यांसारखा पती मिळाला होता. प्राध्यापक गडकरी तेव्हा पुढच्याच वर्षी कॉलेजचे प्रिन्सिपॉल व्हायचे होते. एकूण सर्वत्र आबादीआबाद होतं. प्रताप नागपूरकरचा अपवाद सोडला तर बाकी मजा आली. त्याने तसं मला अगदीच तोडलं नव्हतं, पण बडेपणाची झाक कुठंतरी दिसत होती. समोरच्या माणसापेक्षा आपण थोडेसे निराळे आहोत ह्याची जाणीव त्याला होत होती. अशा ठिकाणी मी फार रमत नाही.

नागपूरहून परत येताना मी डबा दहा वेळा तपासला. डबा रिकामा होता. मी डब्यातून माझ्या बर्थकडे वळलो आणि सर्वांत धक्का देणारी गोष्ट म्हणजे तो महाभयंकर माणूस, परवाच्याच अवतारात, चित्रविचित्र पोषाखात समोर उभा.

मी त्याच्या अंगावर त्या दुसऱ्या वेळी ओरडलोच,

''तू?''

''हो! मीच.''

''मघाशी कुठं होतास?''

''संडासात.''

''तुझा विचार तरी काय आहे? - कोण तू?-मला का छळतोस?''

मी भराभर प्रश्न विचारले. ते प्रश्न फार असंबद्ध आणि अप्रयोजक आहेत हे एकीकडे जाणवत असतानाही माझ्या तोंडून ते निघून गेले. ह्या प्राण्यावर मी फार चिडलो होतो. त्याने माझी झोप उडविली होती. नागपूरच्या दोन-तीन दिवसांच्या ह्या वास्तव्यात मला झोपेच्या गोळ्या घ्याव्या लागल्या होत्या. नागपूरला जातानाचा प्रवास बिघडला होता. आता हा प्रवास पण बिघडणार.

त्या रागाच्या भरात मी तसले प्रश्न विचारले. पण तो निर्विकार होता.अंगावर शहारे येतील असा तो हसला आणि त्याने सीटखालची एक रंगीबेरंगी करंडी ओढली. त्या करंडीकडे पाहूनही अंगावर शहारे आले.
आणि कशी कुणास ठाऊक नागपूर स्टेशनातून बाहेर पडलेली गाडी लगेच थांबली. मी आश्चर्याने खिडकीतून बाहेर डोकावलं. तेवढ्यात ती करंडी ढकलीत तो प्राणी दरवाजाकडे गेला. त्याने दरवाजा उघडला. तो काहीतरी भयाण प्रकार असावा असं मला वाटलं. कसं कुणास ठाऊक, एकदम अंगात धैर्य आलं. मी पुढं धावलो. त्या करंडीवर बुटाचा पाय ठेवला.
''बाजूला हो.'' तो ओरडला.
''होत नाही. हा काय चावटपणा आहे? मी गार्डला बोलावणार आहे. तुला पोलीसकडे देणार आहे. ह्या करंडीत काय आहे?''
''ह्या करंडीत जगाचं कल्याण आहे.''-असं म्हणतानाच त्याने मला लोटून दिलं. त्याच वेळी त्याने एका हाताने करंडीचं झाकण काढलं. मी पाह्यलं आणि नजरेवरचा विश्वास उडाला. धाबं दणाणून गेलं. कुणाचा विश्वासच बसायचा नाही. त्या विचित्र आकाराच्या भयाण करंडीत एखादं प्रेत सापडलं असतं तर नवल नव्हतं. पण त्या करंडीत छोट्या-छोट्या आकाराचे असंख्य साप होते. ते एकमेकांच्या अंगावर सरपटत-लोळत होते. मी दोन पावलं मागे सरकलो. त्याच वेळी त्याने ती करंडी डब्यासमोर ओतली. जमिनीवर पडताच त्यातले ते अगणित, असंख्य लहान लहान साप सैरावैरा धावू लागले. मी त्याच्या अंगावर धावून गेलो. त्याबरोबर तो मलाच 'सांभाळा' म्हणून ओरडला आणि माझा स्पर्श होण्यापूर्वीच त्याने गाडीतून उडी टाकली. त्याच वेळी गाडी सुटली. हातात काही उरलं नाही.

तेव्हापासून आतापर्यंत झोप नाही. नाना तऱ्हेचे उपाय झाले, नवीन-नवीन डॉक्टर झाले, पण सुधारणा नाही.

भूतकाळ आठवीत मी गॅलरीत बसलो आहे. लागलीच तर अर्धा-पाऊण तास झोप लागेल. उद्या जवळ जवळ सात-आठ वर्षांनी नागपूरचा प्रवास आहे. पण तो आता विमानाने.

विमानातून उतरताच मी प्रथम माझी अवांतर कामं उरकली आणि विजय सरमळकरच्या घरी हजर झालो. मी गेलो तेव्हा विजयावहिनी बाहेर जाण्याच्या तयारीत होत्या. मला पाहताच त्या म्हणाल्या,

"वेळेवर आलात. चला आता असेच माझ्याबरोबर, हॉस्पिटलमध्ये."
"आँ?"
"ह्यांना तिकडेच ठेवलंय. मोटारीचा ॲक्सिडेंट झाला आठ दिवसांपूर्वी."
"अरे अजब आहे! पत्र टाकून कळवायचं नाही?"
"तुमचा पत्ता आहे का भावजी गेल्या सात-आठ वर्षांत?"
-मी गप्प बसलो. वहिनींनी घराला कुलूप लावलं. आम्ही रस्त्यावर येऊन उभे राह्यलो.
"कसे जाऊ या?" मी विचारलं.
"धाक्रसभावजी मोटार पाठवणार आहेत."
"धाक्रसने पण गाडी घेतली का?"
"त्यांना बँकेने दिली आहे वापरायला."
आम्ही मोटारीत बसलो. मोटार धावू लागली. विजयावहिनी गप्प-गप्प होत्या. सात-आठ वर्षांपूर्वीची ऐट आता पार लोपली होती.
"ॲक्सिडेंट कसा झाला?"
"ते त्यांना अजून सांगता येत नाही नीट."
"फार लागलंय का?"
"मागच्या वेळेइतकं नाही."
"म्हणजे काय?"
"काय काय सांगू तुम्हाला आता भावजी? गेल्या आठ वर्षांतला मोटारीचा हा तिसरा ॲक्सिडेंट."
"काय सांगता काय वहिनी?"
"कुणाचा विश्वास बसत नाही सांगितलं तर! इजा, बिजा आणि तिजा."
"आता सुटलात. गाडी विकून टाका येईल त्या किंमतीला आणि नवीन घ्या दुसरी."
"गाडी विकायचं नाव ह्यांच्यासमोर काढा आणि पाहा किती चिडतात ते! वाट्टेल ते झालं तरी ही गाडी विकायची नाही म्हणतात."
-विजयावहिनी आता फार दिनवाण्या दिसत होत्या.
विजयला मी नुसतं पाह्यलं. गप्पा तर सोडाच पण नजरभेट म्हणतात ती पण नाही. आम्ही हॉस्पिटलमध्ये पोहोचलो तेव्हा नुकताच झोपला होता. त्याला जागं करून त्रास देण्यात अर्थ नव्हता. 'पुन्हा येईन' असं सांगून मी मग गेलो शुभदाच्या घरी.
शुभदा भेटली. तिने मला तिचा बंगला दाखवला. नवं फर्निचर दाखवलं. टेपरेकॉर्डर दाखवला. यजमानांच्या भाषणांची टेप पण ऐकवली. लता

मंगेशकरची ज्ञानेश्वरी ऐकवली. वेळ मजेत गेला. आणि मधेच मी सहज विचारलं,

"शुभे, राजाराणीचा संसार आवडला मला तुझा! पण युवराज कुठं आहेत?"

"युवराज आले की दिसतील. ते लपून थोडेच राहणार आहेत? अजून युवराजांचं आगमन ह्या संसारात व्हायचं आहे."

-एवढं बोलून शुभदा हसायला लागली. वाजवीपेक्षा जास्तच हसत होती ती. त्यापेक्षा तिने एखादा हुंदका दिला असता तर मला बरं वाटलं असतं. विषय बदलायचा म्हणून मी विचारलं,

"धाक्रस भेटतो का?-बडा झालाय आता. त्याला ऑफिसने गाडी दिली."

"बडा आहे, पण सुखात नाही."

"का?"

"प्रत्येकाच्या मागं काही ना काही आहे. धाक्रसचा भाऊ माहीत आहे?"

"एम्. ए. झाला तो ना?"

"हो."

"त्याचं काय?"

"दोन वर्षं नोकरी केली. धाक्रसला खूप मदत झाली त्याची घरात. पण नंतर एकाएकी वेड्यासारखं करू लागला. मेंटल हॉस्पिटलमध्ये ठेवलाय त्याला."

"अजब आहे!"

"काही विचारू नकोस. आपला तो नागपूरकर माहीत आहे ना?"

"तो! लेखक महाशय! त्याचं काय?"

"बायकोने घटस्फोट घेतला परवा! त्याच वेळी त्याच्या लेटेस्ट कादंबरीवर अश्लील म्हणून परवाच फिर्याद झाली. भयंकर वैतागलाय तेव्हापासून!"

माझ्या विमानाने नागपूर सोडलं आणि मी सुस्कारा सोडला. डोळे मिटून घेतले. आठ वर्षांनंतरच्या ह्या माझ्या ट्रिपमध्ये मी मित्रांची ख्यालीखुशाली ऐकण्याऐवजी त्यांची काही दुःखं ऐकून परतत होतो. प्रत्येक बाबतीत नाही तरीं आबादीआबाद होती, पण कुठंतरी बारीक दुःख होतं. सगळ्या जीवनाची चव त्यापायी, प्रत्येकाची बिघडलेली होती. शुभदाला मूल नाही, धाक्रसचा भाऊ मॅड, नागपूरकरवर फिर्याद, विजयला सारखे अपघात.

कुणाचा तरी धक्का बसला म्हणून मी पाह्यलं, पाहतो तर शेजारच्याच खुर्चीत तो आठ वर्षांपूर्वीचा महाभयंकर माणूस. मी जवळ-जवळ किंचाळण्याच्या अवस्थेत होतो, एवढ्यात तो म्हणाला,

''हे विमान आहे. ओरडू नकोस.''
''तू इथं का पण?''
''जगाच्या कल्याणासाठी.''
''नीट बोल नाहीतर...''
''काय करशील? विमानातून ढकलून देशील?''
''देईनसुद्धा. तू नीच आहेस, घातकी आहेस, माझी झोप उडवली आहेस तू.''
''इन्सोमेनिया का?''-त्याने शांतपणे विचारलं.
''हो, हो! तेच!''
''आत्ता आपले ह्या विमानाचे कॅप्टन आहेत ना, त्यांना पण तीच व्याधी होणार आहे आता. मग ते विमान चालवू शकणार नाहीत कदाचित. मीच ती व्याधी त्यांना लावली.''
''तू?''
''होय. मागच्या ट्रिपला एक साप त्यांच्या पायात दिला सोडून.''
''का? का पण? का?''
''असं करावं लागतं. प्रत्येकाच्या पायात असा एखादा साप सोडून देणं फार आवश्यक असतं-म्हणजे माणसं जमिनीवरच राहतात. उद्धट होत नाहीत. अर्थात् काही काही माणसं साप पचवून उर्मट होतात. गर्व करण्यासारखं जवळ काहीही नसताना गर्विष्ठ होतात. पण तरीही साप हवाच. नियतीची, परमेश्वराची अधूनमधून आठवण राहायला हवी म्हणून. हे विमानातले उतारू बघ आता. पलीकडचा माणूस पाहा. सध्याचा टॉपला पोहोचलेला लेखक, नाटककार, कवी, सबकुछ. लेखनावर बंगला बांधला ह्याने नागपुरात. पण दुःख हे, त्याला मूल नाही. तो पलीकडचा महान नट. नटसम्राट म्हणतात त्याला. पण तुफान पितो. पिण्यापायी माणसातून उठलाय. त्याशिवाय पलीकडची ती बाई. समाजकार्य करणारी ती महान विदुषी. फक्त लग्न नाही. पलीकडचा तो आंतरराष्ट्रीय कीर्तीचा डॉक्टर. पण स्वतःच्या मुलाला बरा करू शकत नाही. ऐसा है! फार लांब कशाला जा? तुझं उदाहरण घे! खंबाला हिलवर इमारत मालकीची. दाराशी मर्सिडीझ. पण तुला इन्सोमनिया. करेक्ट? नागपुरातले तुझे दोस्त. आठ वर्षांपूर्वी आकाशातून विहार करणारे. नागपूर स्टेशनात साप सोडले तेव्हा तू तिथे होतास. आठवतं?''
-तो बोलत होता. मला गरगरायला लागलं. तो तरीही सांगतच होता,
''करंडीवर बुटाचा पाय ठेवून तू उभा राह्यलास, तिथंच तुझं चुकलं. पण चुकलास तेच योग्य झालं. चुका झाल्या म्हणजेच सोडलेल्या सापाची

माणसाला आठवण राहते. नाहीतर तुला काय कमी आहे?''

विमानात बसल्याचं भान जाऊन मी ओरडलो,

''मला काही कमी नाही. सगळं आहे. फक्त थोडी झोप हवी आहे.''

★

चौकटीतील वहिनी

रघुवीर झपाझप घरी चालला होता. घर केव्हा गाठतो, बायकोला ती अत्यानंदाची बातमी केव्हा सांगतो असं त्याला झालं होतं. त्याच्या आयुष्यात आज नवीन दालन उघडलं होतं. कथालेखक म्हणून ओळखला जाणारा रघुवीर आता पटकथालेखक म्हणून जगाच्या पुढे येणार होता. निर्माते जे.बी. पन्नालाल ह्यांनी त्याची कथा पसंत केली होती, एवढंच नव्हे तर आज चित्रीकरणाचा मुहूर्त होऊन कराराप्रमाणे एक हजाराचा चेक रघुवीरच्या खिशात पडला होता. आज चित्रीकरणाची बातमी आणि एक हजाराचा चेक, ह्या दोन्ही गोष्टी सांगून रघुवीर बायकोला चकित करणार होता.

दरवाजावरच्या घंटीवर ठेवलेलं बोट, दार उघडलं जाईपर्यंत त्याने दूर केलं नाही. काहीशा रोषाने दार उघडून सविताने विचारलं,

"काय आज नवीन खूळ?"

"खूळ म्हण, काहीही म्हण! आपला प्रेमविवाह झाला त्या दिवशी मला जेवढा आनंद झाला नव्हता तेवढा आज झाला आहे." आणि त्यानंतर आजपर्यंत तिच्यापासून लपवून ठेवलेल्या सगळ्या गोष्टी त्याने तिला सांगितल्या, "हा बघ हजाराचा चेक. आता पटला विश्वास?"

तो चेक हातात घेत सवितेने विचारलं,"आता आपल्याला शूटिंग पाहायला मिळेल?

"वाटेल तेव्हा-"

"सगळ्या नटनट्यांशी ओळख होणार?"

"अलबत्!" तिच्याकडे टक लावून पाहत तो म्हणाला आणि सविता नंतर नट्यांची ओळख होणार ह्याच आनंदात दंग झाली. रघुवीर पटकथालेखक होणार ह्याचं तिला वैशिष्ट्य वाटतच नव्हतं. एरवी रघुवीरला त्याचा विषाद वाटला असता. सवितेच्या वैचारिक पातळीबद्दल त्याने तिची कीव केली असती. पण त्या वेळी तो स्वत:च्याच आनंदात एवढा मग्न झाला होता की, आता त्याला काहीच करावंसं वाटत नव्हतं. त्याच आनंदात झोपी गेला. खूप

दिवसांनी आज तो शांत झोपणार होता. पन्नालालनी त्याच्याकडे कौटुंबिक कथा मागितल्यापासून त्याला झोप मिळाली नव्हती. कौटुंबिक कथा लिहायला घेण्यापूर्वी त्याला ते अगदी सोपं काम वाटलं होतं. पण लवकरच कौटुंबिक कथा ही काय भयंकर चीज आहे ह्याचा त्याला प्रत्यय आला होता. पन्नालालनी कथा सात्त्विक हवी म्हटलं होतं. तेव्हापासून रघुवीर सात्त्विकतेच्या मागं हात धुऊन लागला होता. आणि तेव्हापासून सवितेचा सात्त्विक स्वभाव कुठल्या कुठे लोप पावून तिने तामस भाव धारण केला. खेळीमेळीचं कौटुंबिक वातावरण रंगवण्यात रघुवीर दंग झाला आणि घरातलं वातावरण नष्ट होऊन सारं गाडं पार बिथरलं होतं. त्यावर चिडून रघुवीरने पन्नालालना विचारलं होतं, "तुम्हाला कौटुंबिक कथाच का हवी?"

त्यावर तो व्यवहारी माणूस म्हणाला होता, "लोकांना सध्या तेच हवं आहे."

"पण तसं वातावरण हल्ली कुणाच्याच घरात नसतं. माझ्यादेखील नाही."

"ते मला माहीत आहे. माझ्याही घरात नाही. आणि म्हणूनच आपण तेच वातावरण चित्रपटात निर्माण करायचं. एकदम 'वहिनीच्या बांगड्या' टाइप कथा हवी."

"ती तर उघड-उघड कॉपी झाली." रघुवीर म्हणाला.

"तसं झालं तरी चालेल. तशीच कथा हवी. प्रेमळ, सात्त्विक वहिनी हवी. म्हणजे सबंध पिक्चरमध्ये सुलोचनेचे सात-आठ क्लोजअप्स टाकता येतील. तिला एक गबाळा पण सरळ रेषेत जाणारा नवरा हवा. थोडासा उल्लू पण वहिनीवेडा दीर आणि त्याची फटकळ बायको एवढ्या कॅरेक्टर्स हव्यातच."

"ह्याचा अर्थ तुम्ही मला परत 'वहिनीच्या बांगड्या' लिहायला लावणार."

"अगदी तेच म्हणतो मी! तशीच कथा लिहा. थोडा फेरफार करू. दोन गाणी वाढवू. आऊटडोअर शॉट्स टाकू, एखादा डान्स घालू. तुम्ही त्याची काळजी करू नका. चोरी करूनसवरून ती जाहीर रीतीने मिरवायला धैर्य लागतं. हल्लीच्या जगात त्या धैर्याचंच कौतुक होतं. नावं ठेवीत का होईना, लोक सिनेमा बघतात. मला तशीच सोज्ज्वळ, कौटुंबिक कथा हवी."

आणि ऑर्डरप्रमाणे माल पुरवणाऱ्या एखाद्या व्यापाऱ्यासारखा रघुवीर सोज्ज्वळ कथेच्या मागे लागला होता. पन्नालालला कौटुंबिक कथा हवी होती, रघुवीरला नाव आणि पैसा हवा होता!

आज रघुवीर शांत झोपला होता. त्याच्याच शेजारी सविताही झोपली होती. दोघांना झोपून जेमतेम एक तास झाला असावा-नसावा तोच फटकन् खोलीत दिवा लागलेला पाहून रघुवीरला जाग आली. सविता जवळच झोपली होती. म्हणजे तिने दिवा नक्कीच लावला नव्हता. रघुवीरने दरवाजाकडे पाहिलं आणि

तो ताडकन् उठून बसला. दरवाजाच्या चौकटीत एक उग्र चेहऱ्याची बाई उभी होती. तिचे केस विस्कटलेले होते. कपडेही विशेष चांगले नव्हते. डोळे लाल झाले होते. ओठ व नाकपुड्या थरथरत होत्या. आणि ती डोळे फाडफाडून रघुवीरकडे पाहत होती. रघुवीरने तीन-तीनदा स्वत:ला चिमटे घेतले, तोच ती बाई बोलू लागली,

''तुला स्वप्न पडत नाही, मी खरोखरच आले आहे.''

''पण तू ... तुम्ही...तू!''

''मला ओळखलं नाहीस? आश्चर्य आहे. मी तुझी मानसकन्या! अजून नाही ओळख पटली? बरं, आता दुसरी ओळख देते. आज सकाळी मुहूर्त झाला. दरवाजाच्या चौकटीत उभं करवून घेऊन माझा एक सात्त्विक भावाचा क्लोजअप् घेण्यात आला. पटली ओळख?''

''तो क्लोजअप् तुझा असणं शक्यच नाही.'' रघुवीर ठामपणे म्हणाला.

''माझाच होता तो! पण तो अभिनय होता. तेव्हा मेकअप् केलेला होता. आत्ता मेकअप् नाही. अभिनय नाही. खऱ्याखुऱ्या स्वरूपात मी आले आहे.''

''म्हणजे तू वहिनी...वहिनी?'' रघुवीर ओळख पटून ओरडला.

''नव्हे. एक स्त्री. वहिनी नाही, एक अगदी सामान्य स्त्री!''

एव्हाना रघुवीर बराचसा सावरला. तो म्हणाला, ''बरं, मग तुम्ही आत या ना! अशा चौकटीत का उभ्या?''

''मी चौकटीतच उभी राहणार. सबंध सिनेमात आणि कथेतसुद्धा माझ्या नावालाही चौकट आली आहे. मोकळी हालचाल नशिबातच नाही. मला बघायला येतात तेव्हा मी अशीच चौकटीत आहे. नवरा बघायला आला असेल ह्या कल्पनेने बाहेर बघते तो नवऱ्याऐवजी होणारा दीर दिसतो. तरी मी चौकटीतच! चेहऱ्यावर सात्त्विक भाव कायम. कारण मी वहिनी ना! वहिनी म्हणून माझा विचार केलेला. एका सामान्य स्त्रीच्या कोनातून तुम्ही मला पाहिलं असतं तर दीराऐवजी होणाऱ्या नवऱ्याने मला प्रथम पाहावं ही माझी इच्छा तुम्हाला समजली असती. पन्नालालने म्हणायचं, 'एका क्लोजअपला जागा चांगली आहे ही!' तुम्ही 'हो' म्हणायचं. माझ्या नशिबी आलीच चौकट. स्वत:च्या लग्नावेळी चौकट, पुढे दिराच्या लग्नावेळी चौकटच. दीर-भावजय 'पहिली' रात्र साजरी करायला खोलीत जाऊन दार लावतात आणि मी एक प्रेमळ कृतकृत्यतेचा सुस्कारा टाकते. का हो असं? माझं लग्न झालं तेव्हा मी आपली लहान दिराला कुशीत घेऊन झोपते. त्याच्या चेहऱ्यावर आई मिळाल्याचं समाधान, माझ्या चेहऱ्यावर मुलगा मिळाल्याचं समाधान! मी मग शांत झोपायचं. सगळ्या तुमच्या कल्पना! कुठली बाई अशी शांत झोपेल हो?

मग आम्हाला दोघांना शांत झोपल्याचं पाहून नवऱ्याला समाधान! तेव्हा त्यांच्या चेहऱ्याचा क्लोजअप्!''
''अगदी बरोबर! तुझ्यावर अन्याय, माझ्यावर अन्याय!'' दरवाजातून एक गृहस्थ आत येत म्हणाला. 'वहिनी'तल्या मोठ्या भावाची भूमिका करणारा तो गृहस्थ आहे हे लक्षात यायला रघुवीरला वेळ लागला नाही. तत्परतेने उठून त्याने त्याला खुर्ची दिली.
''छे छे! मला खुर्ची काय करायची आहे? मी साधा माणूस. आम्ही दादा ना? आम्ही खालीच बसायचं. आमच्या धाकट्या भावाने खुर्चीवर बसायचं.''
''वा वा! असं कसं?'' रघुवीर अजिजीने म्हणाला.
''नाही कसं? असंच! आमचा धाकटा भाऊ जास्त शिकणार. आम्ही शिकवणार. त्याने सुटाबुटात फिरायचं, टेबलखुर्चीवर बसायचं. आम्ही बैठकीवर बसायचं. संस्कृतीजतन ना!''
''तुम्ही असा गैरसमज करून घेऊ नका.'' रघुवीर केविलवाणं म्हणाला.
''गैरसमज? आमचा चांगलाच समज झाला आहे!'' वहिनी चिडून म्हणाल्या.
''आणि काय हो महाशय! पलंगावर कोण झोपलं आहे?'' पलंगाकडे नजर टाकीत दादाने विचारलं.
''माझी बायको-सविता झोपली आहे.''
''अच्छा-अच्छा! म्हणजे तुम्ही एका पलंगावर झोपता तर! मग काय हो, माझ्या नशिबी सारखी ओसरी का हो चित्रपटात? आम्हाला भावना नाहीत, का आम्हाला रोमान्स करता येत नाही?''
''मी पण तेच म्हणते!''
''तसं नाही हो! माझं ऐकून तरी घ्या.''
''तुमचं काय ऐकायचं? तुम्हाला स्वत:ला स्वत:चं मत आहे का? पन्नालाल जे काय म्हणतात ते तुम्ही आम्हाला ऐकवणार. म्हणे सोज्ज्वळ कौटुंबिक कथा! अॅहॅहॅ!''
''ते वाईट आहे का पण?'' रघुवीरने चिडून विचारलं.
''ते वाईट नाही, पण अशक्य आहे, अवास्तव आहे.'' दादा शांतपणे म्हणाले.
''अहो, त्यालाच हे लोक वास्तवपूर्ण चित्र म्हणून नावाजतात.'' वहिनी सात्त्विक संतापाने म्हणाल्या.
''मूर्ख आहेस. य.गो. जोशींनी 'वहिनीच्या बांगड्या' लिहिलं आणि सगळ्यांना तेवढी एकच व्यक्ती कथेकरता दिसू लागली. पण त्यांची गोष्ट निराळी! त्यांचा पिंड प्रथमत: सात्त्विकतेचा, सोज्ज्वळतेचा आहे. त्यांना मुद्दाम तसं काही लिहावं लागलं नाही.''

“तर काय! त्यात वहिनीला मूल नाही. लगेच मलाही मूल नाही. पहिल्या कथेत होतं ते पन्नालालनी सांगितल्यावर ह्यांनी काढून टाकलं. काय म्हणे, तर जावेच्या मुलाला ही पोटच्या गोळ्याप्रमाणे वागवते असं दाखवू या. ढोंगी लेकाच्या! प्रत्यक्षात असं कधी घडतं का? कितीतरी जावा-जावा एकमेकींच्या मुलांचा राग-राग करतात.”

“मी तर तेच म्हणतो. भावा-भावातसुद्धा सख्य नसतं एवढं. पण तिथेही ह्यांचाचा अट्टहास! धाकट्या भावाला गोड गळा. त्याला सबंध सिनेमात चार-चार गाणी. मला संगीताचा षोक असला तरी मी तो दाखवायचा नाही. कारण भावाला खूप मोठं झालेलं बघायचं एवढं एकच स्वप्न उराशी बाळगलेलं ना? आम्ही कधी गावाला जायचं नाही, सिनेमाला जायचं नाही, तलावावर नाही, नदीकाठी नाही, कुठे नाही!”

“किती अगदी माझ्या मनातलं बोलला! ह्यांनी आपल्याला काही जीवनच ठेवलेलं नाही. माझा तर विचारच नाही. वहिनी-वहिनी करतात, पण मी एक स्त्री आहे, स्त्रीत्वाच्या मला काही भावना आहेत, त्याचा ह्यांना पत्ताच नाही. कोणतीही स्त्री हे म्हणतात तेवढी विशाल अंत:करणाची नसते.”

“आणि ह्यांनी दाखविली तेवढी हलक्या विचारांची पण नसते.” आणखी एक बाई आत येत म्हणाली. वहिनी, दादा, रघुवीर तिघंही तिच्याकडे पाहत राहिले.

“मी धाकटी जाऊ. दादांची वहिनी. मला हमखास कोत्या मनोवृत्तीची रंगवतात. धाकटी जाऊ पण मनमिळाऊ असते आणि प्रेमळपणात दोघी जावांच्यामध्ये चुरस लागते असं एकालाही लिहिता येऊ नये? अगदी साचा ठरलेला. मोठी वहिनी दिलदार, धाकटी कद्रू! का असा माझ्यावर अन्याय?”

“आम्हाला पण तोच प्रश्न पडलाय. त्याचाच जाब विचारायला आम्ही आलो आहोत.” दादा

“आम्हाला आमचं व्यक्तिमत्त्व उरलेलं नाही. मी चैन करायची नाही, गाणी म्हणायची नाहीत, मला स्वत:ला मूल व्हायचं नाही. जावेचं मूल सांभाळीत मी आजारी पडायचं आणि मरतानासुद्धा तृप्त होऊन मेले आहे असा चेहरा करायचा. खोटं! अवास्तव!”

“त्याची जाहिरात मात्र 'वास्तवदर्शी एकच एक कौटुंबिक चित्र' म्हणून!”

“आपल्याजवळ जे नसतं, तेच बघायला लोकांना आवडतं.” रघुवीरने मध्ये बोलून घेतलं.

“म्हणून हा खोटेपणा?” धाकट्या वहिनीने विचारलं.

“जाऊ द्या हो! त्याला उगीच धारेवर धरण्यात काय अर्थ आहे? गरीब पोटार्थी लेखक आहे तो. बिचारा इतके दिवस गोष्टी लिहितोय; पण त्याच्या एकाही

गोष्टीला मोबदला दिला नाही कुणी!'' दादा सहानुभूतीने म्हणाले.

रघुवीरला आनंद झाला. त्याने दादाला जसा सरळ माणूस रंगवला होता त्याला साजेल असंच ते म्हणाले होते आणि कुणीही मोबदला दिला नाही ह्या वाक्याने त्याच्या दु:खावरच बोट ठेवलं गेलं होतं. पण वहिनी मात्र खूप चिडली होती. ती दादांना म्हणाली,

''तुमच्या ह्या भोळ्या स्वभावानेच घोटाळा केला आजपर्यंत! त्याला चांगली शिक्षा व्हायला हवी. जाऊबाई टेबलावरचा तो चेक घ्या व फाडून टाका.''

वहिनी पुढे येत म्हणाल्या.

त्यांनी दरवाजाची चौकट आणि त्याचबरोबर सात्त्विकता, दोन्ही गोष्टी सोडून दिल्या. धाकट्या वहिनीने झेप टाकून चेक उचलला व त्याचे शतश: तुकडे करून ते खिडकीबाहेर फेकून दिले. रघुवीर दचकून जागा झाला. टेबलावर चेक तसाच होता. सविता झोपेत हसत होती. रघुवीर शांतपणे उठला. तोंड धुऊन त्याने स्नान केलं. आणि चहा न पिता, सवितेला न उठवता तो पन्नालालच्या घरी गेला.

''या लेखकमहाशय! एवढ्या सकाळी? काही नवीन कल्पना?''

''एकदम अभिनव!''

''असं का? या, या बसा! काल रात्री मी पटकथा पुन्हा वाचली. दिल बहोत खूष हो गया. बिलकूल 'वहिनीच्या बांगड्या' टाइप.''

-रघुवीरने टेबलावरची फाईल उचलली. एकवार तिच्याकडे पाहिलं आणि मनाचा हिय्या करून त्याने टेबलावरचा लायटर पेटवला आणि पन्नालाल 'काय-काय' म्हणेतो त्याने त्या बाडाला आग लावली. नंतर शांतपणे त्याने चेक परत केला आणि कोणतंही स्पष्टीकरण न देता तो घरातून बाहेर पडला.

-रघुवीरला तेव्हापासून लोक 'बडा लेखक' म्हणतात. चित्रपट काढून जेवढी प्रसिद्धी त्याला मिळाली नव्हती तेवढी आता मिळाली आहे.

★

आरसा

खांडेकर बिल्डिंगमध्ये आज नवल घडलंय! जगावेगळं! खांडेकर बिल्डिंग, तिसरा मजला, खोली नंबर वीस. खोली नंबर वीसमध्ये आश्चर्य घडलं. प्रत्येकाने थबकून विचार करावा असं! खोली नंबर वीसमधली माणसं असं काही करतील याची कुणाला कल्पना नव्हती. अशा गोष्टीची अपेक्षा वीसकडून नाहीच. चैन करणं हा अधिकार उरलेल्या बिऱ्हाडांचा! नाटक, सिनेमे, फार काय तमाशासुद्धा ही साधनं वीस नंबरचं बिऱ्हाड सोडून इतरांसाठी फक्त! नाटक-सिनेमे उघड-उघड. तिसरा प्रकार फक्त काहींच्यासाठीच आणि तोही चोरून! वीस नंबरमधल्या दांपत्यासाठीच हे प्रकार नाहीत. त्यांना हॉटेल नाही, ट्रिप नाही, फार काय चौपाटीवर फिरणंही नाही. बरोबर भाजीला गेल्याचंही कुणाच्या पाहण्यात नाही. मग बाकीच्या गोष्टी दूरच!

हे बिऱ्हाड नवीन आलं तेव्हा इतरवासीयांचे खूप दिवस, नवरा-बायको अगदी एकाच विचाराने कसे, ह्यावर आश्चर्य व्यक्त करण्यात गेले. त्यानंतर त्यांनी त्या नवरा-बायकोला एकमेकांपासून फोडायचा खूप प्रयत्न केला. पण करमणुकीच्या कोणत्याच कार्यक्रमात त्या दांपत्याची कंपनी कुणालाही मिळाली नाही.

शेजारीपाजारी प्रथम थबकले. स्तंभित झाले. नंतर त्या दांपत्याच्या बुद्धीविषयी शंका घेत राहिले. सर्वात शेवटी ते वैतागले, चिडले. आणि काही दिवसांनी चिडण्याइतकं महत्त्व देण्याचंही कारण नाही याचा त्यांना उलगडा झाला. मग परांजपे मंडळींचे सिनेमे सुरू झाले. दादा टिपणीसांचा चोरून तमाशाकडे पवित्रा वळला. गोडबोल्यांची बायको दुसऱ्याच्या नावाखाली परंतु स्वखर्चाने जागरणं करू लागली आणि टिपणीसांची कुंदा तिने निवडलेल्या जोडीदाराबरोबर चौपाटीची वाळू बसलेल्या लोकांच्या अंगावर उडवीत शिणू लागली.

शेजाऱ्यांच्या जीवनात आपल्या तटस्थ आणि सरळ रेषेतल्या आयुष्यामुळे एवढी

काही स्थित्यंतरं झाली असतील याची फाटक दांपत्याला मुळीच कल्पना नव्हती. असती तर आज कदाचित त्यांनी जादूचे प्रयोग पाहण्याचा कार्यक्रम रहित केला असता.

अनंतराव सहज उषाताईंना म्हणाले, ''आज कुठंतरी जावंसं वाटतंय.''
''एवढ्या दिवसांचा नियम मोडणार का?'' उषाने विचारलं.
''मोडू या. त्यात काय मोठंसं? पाच वर्षं काहीही करायचं नाही, सगळ्या करमणुकीच्या गोष्टींकडे पाठ फिरवायची असं ठरलं होतं. एवढंच पाहायचं होतं की असं काही बंधन पाळता येतं की नाही! चार वर्षं झाली. बस् झाला प्रयोग!''
''चला, मग जाऊ! कुठं जायचं आज?
दोघंजण जादूचा प्रयोग पाहायला गेली. ह्या घटनेवर विश्वास ठेवायला एकही तयार नव्हता. पुन्हा एकदा फाटक दांपत्य या विषयावर जोरजोरात चर्चा सुरू झाली.
फाटक दांपत्य मात्र इकडं प्रयोग पाहण्यात रंगून गेलं होतं. आजूबाजूचं वातावरण, इतर लोकांचं अस्तित्व या सर्वांचा त्यांना विसर पडला. हातखंडा खेळ करून दाखवल्यावर एच्. श्यामकांताने एक साधारण आठ-दहा इंचाचा आरसा पोतडीतून काढला. तो आरसा लोकांपुढे धरत तो म्हणाला, ''माझ्या खास प्रयोगशाळेत बनवलेला आणि मंतरवलेला हा आरसा! हा विकायला ठेवला आहे. ह्याची किंमत अवघी दहा. दोन घेतल्यास अठरा. तीन घेतल्यास पंचवीस. हा सामान्य आरसा नाही. ह्यात फक्त आपलंच प्रतिबिंब दिसतं असं नाही, तर आपल्या पश्चात आपला पार्टनर बाहेर काय करतो आहे हे ह्यात चक्क दिसतं. एकदा अनुभव घ्या.''
-सगळ्या हॉलमध्ये गडबड उडाली. आपापसांत चर्चा झाली, कुतूहल निर्माण झालं. श्यामकांत काही वेळ गप्प बसला. एक जोडपं धीर करून स्टेजवर चढलं. आळीपाळीने त्यांनी आरशात पाहिलं. त्यांचे नेत्र विस्फारित झाले. आणि 'नको बुवा' म्हणत दोघं खाली उतरले. हॉलमध्ये हशा पिकला. टाळ्या पडल्या.
त्याच वेळेला अनंतरावांनी उषाकडे साभिप्राय पाहत म्हटलं,
''ठरलं! आपण तो आरसा विकत घ्यायचा. तुला काय वाटतं?''
''घेऊ या की! आपल्या दोघांच्या जीवनात आपण एकमेकांकडे संशयाने बघण्यासारखं काही घडणार नाही. तो आरसा आपण घ्यायला काही हरकत नाही.''
खेळ संपल्यावर दोघेजण आत गेली. अनंतरावांनी तो आरसा नीट पाहून विकत घेतला. श्यामकांत म्हणाला, ''ह्या गावातली ही पहिलीच विक्री. प्रत्येकाला कुतूहल आहे. पण विकत घेण्याचं धाडस नाही.''
दुसऱ्या दिवशी सकाळी पहिली चौकशी परांजपे मंडळींकडून आली. सौ. परांजपे दबकत-

दबकत फाटकांकडे आल्या, तेव्हा उषाताई-अनंतरावांचं चहापान चाललं होतं.

''आज चहाला एवढा उशीर?''

''हो! कालचं जागरण, सकाळी उठायला उशीर झाला. त्यामुळे चहालाही उशीर.''

''कोणतं पिक्चर पाहिलंत?''

''पिक्चरला नव्हतो गेलो. जादूचे प्रयोग पाहायला गेलो होतो.''

''श्यामकांतचे का?''

''होय.''

''महान जादूगार आहे.'' सौ. परांजपे म्हणाल्या.

''तुम्ही पाहिलात त्याचा खेळ?'' उषाताईंनी विचारलं.

''तुम्ही पाहायला गेलात हीच त्याची महान जादू नाही का?'' ह्यावर तिघंही हसले.

''त्यांची खरी जादू आम्ही घरीच घेऊन आलोत.'' मध्येच अनंतराव म्हणाले.

''असं?'' सौ. परांजप्यांनी साश्चर्य विचारलं. चहा संपवीत उषाताई उठल्या. भिंतीवरचा आरसा काढून त्यांनी तो परांजप्यांच्या हातात दिला.

''इश्श! ही कसली जादू? हा तर साधा आरसा. हा तुम्ही विकत घेतला?''

''हो.''

''केवढ्याला?''

''दहा रुपयांना.''

''कमाल झाली बाई! इतक्या ऑर्डिनरी आरशात दहा रुपये घालवलेत?''

''तुम्हाला वाटतो तेवढा साधा नाही तो!''

आणि एवढं सांगून उषाताईंनी पुढे सौ. परांजप्यांना त्याचं आणखीन असलेलं गुपित सांगितलं. सौ. परांजप्यांनी अचंब्याने डोळे विस्फारले. हलक्या आवाजात त्या म्हणाल्या,

''दुपारी हे ऑफिसात गेले की द्याल का जरा घटकाभर पाहायला?''

''हात्तिच्या! जा की घेऊन! त्यात काय मोठंसं?''

सौ. परांजप्यांकडून सगळ्या बिऱ्हाडांना आरशाची माहिती समजली. प्रत्येकाचं कुतूहल जागं झालं. एकमेकांच्या गोष्टी समजतील म्हणून प्रत्येकाला आनंदाच्या उकळ्या फुटल्या. वरकरणी मात्र सगळे संभावितासारखे वागत होते. मनाशी म्हणत होते, एकदा आरसा पाहिलाच पाहिजे. आणि उघडपणे म्हणत होते, 'असल्या वस्तूंची गरजच नाही आमच्या घरात. आम्ही कुणापासून काही लपवून ठेवत नाही.' असं म्हणत प्रत्येकजण आरसा पाहून आला. वापरायला केव्हा द्याल असं विचारून त्यावर नंबर लावून आला. हे सगळे व्यवहार आपण

त्यातले नाही-त्यातले नाही असं म्हणत, एकमेकांकडे वरच्या नजरेने पाहत पार पडले. चाळ मुग्ध झाली. मूक झाली. तिचा रंग पालटला.
परांजपे ऑफिसात गेले. सौ. परांजप्यांनी लगबगीने आरसा मागून नेला. जेवण करून मागची उष्टी-खरकटी आटपून त्या शांतपणे बाहेरच्या खोलीत पलंगावर जाऊन बसल्या. अल्पावधीत प्रसिद्धीस आलेला आरसा त्यांच्या समोरच होता. त्याच्याकडे त्या पाहत बसल्या. आरसा आरशासारखाच होता. त्यात काही फरक पडलेला नव्हता. सौ. परांजप्यांना स्वत:चाच चेहरा दिसत राहिला. त्या जादूगाराने या फाटक दांपत्याला चक्क बनवलं ह्यात संदेह राहिला नाही. जगापासून अलिप्त राहणाऱ्याला असाच धडा मिळायला हवा असं म्हणत आरशाकडे बघण्याचं सोडून दिलं!
तेवढ्यात त्यांच्या दाराची कडी वाजली. ह्या वेळी कोण आलंय असं म्हणत त्यांनी दार उघडलं. त्यांना मोठा धक्काच बसला. विनायक पुन्हा केव्हा आपल्या घरी येईल असं त्यांना वाटलं नव्हतं. लग्नापूर्वीचं त्यांचं आणि विनायकचं प्रेमप्रकरण उमलायच्या आधीच सुकलेलं, उगवायच्या आधीच करपलेलं. विनायकचं आपल्यावर प्रेम आहे हे त्यांना 'सौ. परांजपे' झाल्यावर समजलं होतं. लग्नाची भेट देऊन झाल्यावर विनायकने त्यांना आपल्या प्रेमाची जाणीव करून दिली. नंतर जेवायलाही न थांबता तो मांडवातून जो नाहीसा झाला तो आज दहा वर्षांनंतर भेटत होता. विनायकने त्यांना पाहिलं आणि त्याचे डोळे भरून आले. विद्ध स्वरात तो म्हणाला,
"राहवलं नाही म्हणून आज भेटायला आलो. तुला एकदा पाहावं, आणि पुन्हा नाहीसं व्हावं म्हणून आलो!"
एवढ्या कालावधीनंतरही विनायकची जखम भरून न आलेली पाहून सौ. परांजपे पण गहिवरल्या. त्यांच्याजवळ शब्द नव्हते. व्याधीवर उपाय नव्हता. त्या एवढ्या गोंधळल्या की, विनायकला 'ये, बस' म्हणायचं पण त्यांना भान राहिलं नाही. त्यांना फार वेळ गोंधळात न टाकता विनायक म्हणाला, "बराय्, निघतो मी. तुला फक्त एकदा पाहायचं याच वेडाने आलो होतो."
सौ. परांजपे भानावर आल्या. "ये ना आत. मी तुला तसं जाऊन देईन काय?"
विनायक आत आला. मूकपणे पलंगावर बसून राहिला. सौ. परांजपे त्याच्यासमोर अवाक् होऊन उभ्या राहिल्या. विचारायचं म्हणून त्यांनी विचारलं, "चहा घेणार?"
"नको!"
"एवढ्या वर्षांनी येऊन चहाही घेणार नाही माझ्या हातचा?"
"तू फक्त इथं बस. दोन-पाच क्षण तुझा सहवास घडू दे. एकवार धुंद होऊन हे

सगळं विसरू दे. पुढच्या प्रवासासाठी एवढे मधुर क्षण पुरेत. बस इथे. नाही म्हणू नकोस.''
सौ. परांजपे यंत्रवत् विनायकशेजारी बसल्या. विनायकने त्यांचा हात हातात घेतला. त्यांनी विरोध दर्शवला नाही आणि खरोखरीच पाच मिनिटांनी विनायक उठला. दरवाजापर्यंत गेला. पायांत चपला सरकवताना म्हणाला,
''मला कळतंय, मी असं काही करायला नको ते. पण राहवलं नाही. दहा वर्षं दाबलेल्या मनोवृत्ती आज अगदी उफाळून आल्या. ह्या स्मृतीशी-स्वत:च्या वेडाशी
प्रामाणिक राहायला मिळावं म्हणून लग्न केलं नाही. अनावर झालो म्हणून आलो. परमेश्वराने दहा वर्षांच्या तपश्चर्येला फळ दिलं. तू एकटी भेटलीस. मी जातो आता.''
-वावटळीसारखा विनायक आला आणि गेला. सुन्न होऊन सौ. परांजपे दार बंद करून घरात आल्या. सहज टेबलापाशी आल्या आणि आरशाकडे पाहताच त्यांच्या काळजाचं पाणी-पाणी झालं. आरशावर चक्क चित्र छापावं तसं उठलं होतं! विनायक आणि त्या शेजारी-शेजारी बसल्या आहेत. विनायकने त्यांचा हात हातात घेतलाय. सौ. परांजप्यांचे हातपाय गळाठले. लगबगीने त्यांनी आरसा पुसला. चित्र कायम होतं. मग त्यांनी टॉवेल आणला. काचेवर खसाखसा घासला. तरी त्यावर काही परिणाम झाला नाही. मग धावत-पळत मोरीत गेल्या. पाण्याच्या धारेखाली त्यांनी तो आरसा धरला तरी त्याचा काही उपयोग झाला नाही. सौ. परांजपे जिद्दीला पेटल्या. साबण, शिकेकाई, राख ह्या सगळ्या वस्तूंनी त्यांनी आरसा घासून-पुसून पाहिला. चित्र कायम होतं. आरसा बादलीत बुडवला. पिंपात भिजत टाकला. पण छे! चित्राला ढिम्म् काही झालं नाही.
सौ. परांजप्यांचं मन:स्वास्थ्य कुठल्या कुठे पळालं. त्यांनी त्या श्यामकांतला लाख शिव्या मोजल्या. विनायकवर वैतागल्या आणि फाटक दांपत्याला तर खाऊ का गिळू असं त्यांना झालं. रूक्ष-रूक्ष म्हणून फाटक दांपत्याचा त्यांनी आजवर अनेक वेळा उद्धार केला होता. पण ह्या आरसा प्रकरणामुळे त्यांचंच जीवन रूक्ष बनण्याची पाळी आली होती. नवऱ्याचं गणित शोधायला निघाल्या तर आपलाच हिशोब या इरसाल आरशाने उमटवला. वैतागाने त्यांनी तो पुस्तकाच्या सेल्फामागे भिरकावून दिला. दाराला कुलूप ठोकून त्या सरळ बाहेर पडल्या.
संध्याकाळी विश्वनाथराव परांजपे घरी आले तेव्हा घराला कुलूप पाहून त्यांना हायसं वाटलं. 'ही बया आणखी दीड तास तरी घरी न यावी' असं त्यांनी बायकोला उद्देशून म्हटलं. मिस् पुराणिक त्यांच्याकडे अकाउंटन्सीची पुस्तकं

मागायला येणार होती. त्यावेळी विश्वनाथरावांना सौ. घरात नकोच होती. मिस् पुराणिकसाठी मग त्यांनी खारी बिस्किटं, चीज आणि केक्स आणले. स्वत: चहा केला आणि मग ते पुराणिकची वाट पाहत बसले. ठरलेल्या वेळी पुराणिक आली. अकाउंटन्सीची पुस्तकं शोधताना त्यांना मागचा आरसा दिसला. तो त्यांनी टेबलावर नीट ठेवला. त्यानंतर चहापाणी हसतखेळत पार पडलं. आजूबाजूचे लोक परांजप्यांना कळणार नाही अशा बेताने डोकावून गेले. उंच टाचांच्या सँडल्स फटक् फटक् वाजवीत मिस् पुराणिक निघून गेली. सौ.च्या गैरहजेरीत मनाजोगता कार्यक्रम झाल्याने विश्वनाथराव खूष होते. स्वत:चा रुबाबदार चेहरा आरशात पाहण्यासाठी ते टेबलाजवळ आले आणि त्यांची रुबाबदार सुरत पातळ झालेलं मेण ज्याप्रमाणे मेणबत्तीवर ओघळतं त्याप्रमाणे ओघळली. त्या आरशावर काय नव्हतं?- आख्खं रामायण होतं. हास्यरसात दंग झालेले विश्वनाथराव होते. केक्स-बिस्किटांनी तृप्त झालेल्या बशा होत्या. मुक्तछंदासारखी मिस् पुराणिक होती. आणि दरवाजात, खिडकीत दुसऱ्यावर पाळत ठेवण्यासाठीच जमलेले शेजारी होते! दारूचं कोठार तयार होतं.बाहेरून बायको ऊर्फ ठिणगीच यायची राहिली होती.

चौपाटीवरून फिरण्याचा रतीब घालून आलेल्या कुंदाला विश्वनाथरावांच्या मन:स्थितीची जाणीव असण्याचं कारण नव्हतं. तिची व्यथा तिला पुरेशी होती. आज नरवणे तिच्याशी नीट बोलला नव्हता. गप्प होता. फिरणं झालं. एकांत शोधून काढून हातात हात घेऊन भेळ-पाणीपुरी सगळं झालं. पण या सर्व दैनंदिन कार्यात नरवणेचं लक्ष नव्हतं. त्यामुळे कुंदा हादरली होती. त्याच वेळी तिला आरशाची आठवण झाली. आणि नरवणेच्या अस्वस्थतेमागं तसं काही कारण असेल तर त्याचा पत्ता लावता येईल या आनंदात ती होती.

कुंदाने आरशाची मागणी केली तेव्हा काही क्षण विश्वनाथांना बोधच झाला नाही. स्वत:च्या तंद्रीतून भानावर यायच्या आतच कुंदाने तो आरसा पाहिला. विश्वनाथरावांच्या परवानगीची तिला जरूरीच भासली नाही. आरसा घेऊन ती आपल्या घरात गेली. तेव्हा विश्वनाथराव भानावर आले. धावत ते गॅलरीत आले. त्याच वेळी सौ. परांजपे दबकत येताना त्यांना दिसल्या. गोंधळून एकमेकांनी एकमेकांकडे पाहिलं. दोघांच्याही माना खाली वळल्या.

इकडे कुंदाची अवस्था भलतीच बिकट झाली. पलंगावर आरसा भिरकावून देत ती म्हणाली, 'हा कसला मेला आरसा? फोडून तुकडे करून फेकून द्यावा. काहीतरी विशेष समजेल म्हणून आणला, तर आमचाच चौपाटीवरचा प्रसंग उमटलाय. बरं तर बरं! बाबा एवढ्यात घरी येत नाहीत म्हणून! रोज त्यांना ऑफिसात उशिरा बसावं लागतं ते ठीक. म्हणून तर मला गोष्टी उरकता

येतात, हव्या त्या. आता हा आरसा आधी नाहीसा केला पाहिजे.'

कुंदा कपडे बदलायला आत गेली. त्याच वेळी टिपणीस दमलेला चेहरा करून खोलीत आले. मुलीबद्दल त्यांच्या कानांवर बऱ्याच गोष्टी आल्या होत्या. आणि आज तर त्यांनी प्रत्यक्षपणे दोघांना पाहिलं होतं. त्याचा जाब विचारण्यासाठी तमाशाच्या कार्यक्रमाला नाइलाजाने दांडी मारून ते घरी आले होते.

पलंगावर हाशहुश् करून बसतात न बसतात तोच त्यांना तो आरसा दिसला. आणि ते पलंगावरून उडालेच. दौलतजादा करताना त्यांनी तळहातावर रुपया ठेवला होता. रखमा तो दातांनी उचलीत होती. त्यामुळेच त्यांच्या हाताच्या तळव्यात रखमाचं तोंड लपलं होतं. तेवढ्यात कपडे बदलून कुंदा बाहेर आली. टिपणीसांनी तिच्याकडे पाठ फिरवली. त्यांच्या हातात आरसा पाहून कुंदाला वाटलं, इथल्या इथं अदृश्य व्हावं.

आरशाचं आगमन झाल्यामुळे चाळ हादरली. प्रत्येकाने एकमेकांकडे पाहण्याचा दृष्टिकोन बदलला. आपली गुपितं दुसऱ्याला समजली म्हणून प्रत्येकजण नाराज होता. चोरट्यासारखा वावरत होता. ही परिस्थिती, ही मन:स्थिती एकमेकांना विश्वासात घेऊन सांगण्यासारखी नव्हती. त्यामुळे तर प्रत्येकाची पंचाईत झाली. सगळे उद्योगधंदे गुपचुप करत का होईना चाळ आनंदात होती. पण आता हालचाली थंडावल्या, लज्जत नष्ट झाली. फाटक दांपत्य एकदाच मौज मारून आलं, पण चाळीचा विलक्षण कायापालट झाला. एवढा की एकच दिवसाकरता राहायला आलेल्या विसूभाऊंना-अनंतरावांच्या वडिलांना-तो प्रकर्षाने जाणवला. त्यांनी न राहवून विचारलंच,

''का रे अनंता, चाळीत काही कमीजास्त घडलंय का रे? कुणी दगावलं वगैरे नाही ना?''

''नाही बुवा!''

''मग असं का? सगळे मरगळलेले, एकमेकांकडे फार-फार निराळ्या दृष्टीने बघताहेत. माझ्याशी कुणी बोलत नाही. ती कुंदा मी गावाहून आलो की वाकून नमस्कार करायची, टिपणीस आवर्जून हाक मारून पान करायचे, परांजपे पण गप्पा मारायला टपलेले असायचे! पण ह्या मुक्कामात सगळं औरच पाहतोय.''

''मामंजी, मी सांगू का? नाही म्हणजे आपला एक तर्क हं! कदाचित चुकीचा, वेडगळपणाचा पण ठरेल!''

''हं! सांग-सांग!''

-उषाताईंनी मग त्या जादूच्या प्रयोगापासून आरशापर्यंतच्या सगळ्या गोष्टी सांगितल्या. विसूभाऊंनी कुतूहलाने आरसा पुढं केला. आरसा पाहताच विसूभाऊ खो-खो हसत सुटले. उषा-अनंतराव पाहत राहिले. विसूभाऊ हसणं थांबवत

म्हणाले,

"म्हणजे अजून ही वल्ली असले प्रयोग करतेच आहे का? और आहे! मजा आहे!"

"म्हणजे काय मामंजी?"

"अग, वेडी आहात सारी! असे कुठे आरसे असतात होय? सगळे आपल्याच मनाचे खेळ! चोराच्या मनात चांदणं! प्रत्येकाची सद्सद्विवेकबुद्धी त्याला अंकुश मारत असते. आपल्याच पापांना भिणारी ही माणसं! दुसरं काय? छान-छान! मजा आहे. तुम्ही हा आरसा विकत आणलात?"

"हो!" अनंतराव म्हणाले.

"शाबास पोरा! तू धन्य आहेस. बाकी माझाच मुलगा तू! तेव्हा बोलायला नको. दिलखुलास गोष्टी कराव्यात त्या आपणच! पाहतोस काय असा? पंचवीस वर्षांपूर्वी मीही ह्याच प्राण्याकडून एक आरसा विकत घेतला होता. त्याने दोनच आरसे बनवलेत म्हणून सांगितलं. तेव्हा पंचवीस वर्षांनी त्याचा दुसरा आरसा खपला म्हणायचा! मजा आहे!"

★

माझी कथा खोटी म्हणू नकोस

ही हकीकत मी तुम्हाला सांगू की नको?-माझा मलाच प्रश्न पडला आहे.
आजवर अनेक कथा सांगितल्या, तेव्हा असा प्रश्न कधी भेडसावला नव्हता.
पण आज तो प्रश्न पडलाय. त्याचं कारण ही आहे सत्यकथा. खरीखुरी!
मित्रालादेखील मला ती कथा सांगावीशी वाटत नाही, कारण ती त्याची
स्वत:ची कथा होती.
खरीखुरी! अगदी सत्यकथा! त्याच्या जीवनातलीच ती हकीकत होती. आणि
म्हणूनच मला सांगण्यापूर्वी, त्याला सांगावी की न सांगावी असा प्रश्न पडला
होता. तो मला म्हणाला होता,
''माझी कथा अद्भुत आहे, पण केवळ अद्भुत म्हणून कुणी जर खोटी आहे
म्हटलं तर मला फार फार वेदना होतील, ह्या भीतीपायीच मी कुणाला काही
सांगणार नाही, आजवर सांगितली नाही.''
त्यावर मी म्हणालो होतो,
''माझ्यावर विश्वास ठेव. तुझ्या जीवनातल्या त्या सुखदु:खांना मी खोटं
म्हणणार नाही, कमी लेखणार नाही.''
-राजन साठेचा माझ्यावर विश्वास होता म्हणून त्याने मला ती हकीकत
ऐकवली. मी सांगितलेलं कुणाला सांगू नकोस असं तो म्हणाला नाही. पण
एवढंच म्हणाला, की 'ज्या कुणाला ही हकीकत सांगशील त्याने तिला 'खोटी'
म्हणू नये. कारण त्या दाहक आठवणींनी मी अजून जळतोय.'
-तुम्हाला ही गोष्ट सांगताना मला हा प्रश्न पडलाय तो ह्याच एका
कारणासाठी!
तरी मी कथा सांगणार आहे. तुम्ही तिला खोटी म्हणू नका; कारण माझा
दोस्त, राजन साठे, अजून त्या धगीतून बाहेर आलेला नाही!
राजनची ती हकीकत ऐकायला मी तरी का जावं?
एकाच जिज्ञासेसाठी!
काही-काही माणसं एकाएकी मोठी होतात. बंगलेवाली होतात. दाराशी मोटार

ठेवू लागतात. एके काळी ज्यांच्या घरी एक वेळच्या खाण्याची भ्रांत असते, त्यांच्या घरी लक्ष्मी एकाएकी पाणी भरू लागते. ही यक्षिणीची कांडी कशी काय फिरते, ह्याचा कुणाला पत्ता लागत नाही. अशा माणसाची प्राप्तीची साधनं काय आहेत याबद्दल कुतूहल निर्माण होतं.

राजन साठेबद्दल माझं असंच झालं! त्याने एकाएकी मढ आयलंडवर बंगला कसा काय बांधला व तो ऐटबाज मोटारीतून कसा काय हिंडायला लागला हे मला ऐकायचं होतं. केवळ तेवढ्यासाठी मी मढ आयलंडवर गेलो. स्वागत केलं ते दोन-तीन पहारेकऱ्यांनी! त्यापैकी एकाने पहिला प्रश्न केला,

''कोण हवंय?''

''साठेसाहेब!''

''घरी कोणी सिरियस आहे का?'' दुसऱ्या पहारेकऱ्याचा दुसरा प्रश्न! ह्या असल्या अजब प्रश्नापेक्षा एखाद्या अल्सेशियन कुत्र्याने पोटरी पकडली असती तर चाललं असतं. मी त्या पहारेकऱ्यावर हातच उगारला. तेवढ्यात वरून हाक आली. राजन साठेच मला गॅलरीतून हाक मारीत होता. ते पहारेकरी ताबडतोब अदबीने बाजूला झाले.

मी जिना चढायला सुरुवात केली खरी, पण दाराशी झालेल्या ह्या असल्या रानटी स्वागताने मी खट्टू झालो होतो. पण राजनच्या घरची ही अशी वागणूक भलतीच अमानुष होती. आपण उगीच आलो असं एकेक पायरी चढताना वाटत होतं. हडसून खडसून जाब विचारावा एवढी राजनची माझी मैत्री होती, पण आता ती ऊर्मीच राहिली नव्हती.

जिन्याच्या शेवटच्या पायरीवर पाय ठेवताच राजनने मला चक्क मिठी मारली. त्या एका मिठीनेच राजनबद्दलचे व त्याच्या श्रीमंतीबद्दलचे विकल्प विरघळून गेले.

''किती वर्षांनी येतोयस!'' राजनने विचारलं.

''का आलो विचार!'' मी उलट म्हणालो.

''का?''

''मोटार रस्त्यातून फिरते म्हणून पाहायला मिळते. कुणीतरी दाखवल्यापासून मोटारचा नंबर लक्षात ठेवला होता. तेव्हा मोटार अनेक वेळा पाहिली होती. बंगला एकाच जागी बिचारा जखडून. तेव्हा आज मुद्दाम बंगला पाहायला आलो.''

''मला खूप-खूप बरं वाटलं.'' राजन भारावलेल्या आवाजात म्हणाला.

''पण काय रे राजन, दाराशी कसली माणसं ठेवलीत स्वागत करायला? हॉरिबल! तू वरून पाहिलं नसतंस तर मारामारी होत होती. त्याने मला काय

विचारावं?"

-मी भराभरा प्रश्न विचारले. राजन खूप मोठ्यांदा हसला. पण हसणं थांबताच तो तेवढाच विषण्ण झाल्यासारखा विषय बदलीत मला म्हणाला,

"बंगला पाहायला आलास ना? चल, दाखवतो तुला सारं!"

-बंगला दाखवून झाल्यावर राजन म्हणाला, "आता कशासाठी आला होतास हे खरं सांग. तू नुसता बंगला पाहायला आला नाहीस ते मला माहीत आहे."

"सांगू?-खरं सांगू?"

"बेलाशक ."

"तुझं हल्ली कसं काय चालतं हे पाहण्याच्या जिज्ञासेने आलो."

-राजनला ह्याची कल्पना होती-असावी असं वाटलं! पण तरीही मी जेव्हा स्पष्ट बोललो तेव्हा त्याचा चेहरा उतरल्यासारखा मला वाटला. मी गडबडीने म्हणालो, "राजन , तुझ्या भावनांना धक्का बसला असेल तर मला माफ कर. मी काही विचारलंच नव्हतं असं समज."

तोही गडबडीने म्हणाला,

"तसं नाही वसंत! तसं नाही! तुझ्या विचारण्यामागे कोणताही हेतू नाही हे मला माहीत आहे. तुला सगळं-सगळं सांगायला मला फार आवडेल, पण..."

"पण काय?"

"माझी कथा खोटी म्हणू नकोस. तसं झालं तर मात्र फार वेदना होतील. माणूस फार एकटा असतो आयुष्यभर. त्याचा आनंद हा त्याचाच आनंद असतो. त्याचं दुःख हे केवळ त्याचं दुःख असतं. इतरांना दुसऱ्याची दुःखं-दुसऱ्याच्या आनंदाच्या जागा गौण वाटतात. म्हणून मला कुणाला काही सांगावंसं वाटत नाही. इतर चार माणसांसारखा तू नाहीस, पण तरीही सगळा जीवनपट तुझ्यापुढे उलगडताना मध्ये तुला कुठं शंका येईल का, ही धास्ती मला वाटते."

हे सर्व सांगताना राजन एवढा व्याकूळ दिसत होता की त्याचा चेहरा मात्र बघवत नव्हता. तो फार विव्हल झाला होता. मीही कळत-नकळत तेवढाच व्यथाकुल झालो होतो. मी म्हणालो,

"राजन, तू बोल. अगदी तळ ढवळून सांगून टाक. तू उगीचच काही सांगणार नाहीस यावर माझी श्रद्धा आहे."

-माझ्या नजरेला नजर लावीत राजन शांतपणे म्हणाला,

"मी मॅट्रिकला अर्धमागधी घेतलं होतं, आठवतंय तुला?"

-राजन एकाएकी कुठल्या कुठं गेला होता. पण त्याला आता महत्त्व नव्हतं. तो मला सगळं सांगणार होता.

"हो आठवतं. चांगलं आठवतं. त्यावरून तुझं आणि शास्त्रीबुवांचं भांडण झालं हेही आठवतं."

-शास्त्रीबुवांचा उल्लेख मी करताच राजनच्या पापण्यांच्या कडा ओल्या झाल्या. भरून आलेल्या आवाजात तो म्हणाला,

"शास्त्रीबुवांना मी मारलं वसंत. माझ्या पायी मेले शास्त्रीबुवा! कोणी काही म्हणो, पण खून होता वसंत, हा खून होता. प्रत्यक्ष वडिलांचा खून. आणि तो मी केला."

"राजन, राजन काय बोलतोस हे?"

"खरं सांगतो रे. तुला इतिहास माहीत नाही म्हणून! तुलाच काय, कुणालाच माहीत नाही. शास्त्रीबुवांना सिद्धी प्राप्त झाली होती."

"सिद्धी? कसली?"

"संजीवनीची! त्यांना ती विद्या प्राप्त झाली होती आणि तरी त्यांचा असा तडकाफडकी अंत झाला. पण त्याला त्यांचा इलाज नाही. मी जबाबदार आहे त्याला, मी! मी अर्धमागधी घेतलं. एवढ्या मोठ्या पंडिताचा मी मुलगा. आख्खं गाव त्यांना शास्त्रीबुवा म्हणून ओळखायचं व त्याच नावाने हाक मारायचं. अशा मोठ्या पंडिताचा मी मुलगा. आणि मी मात्र अर्धमागधीकडे वळलो. मला संस्कृतची गोडी नाही म्हटल्यावर त्यांना धक्का बसला. त्याचं कारण काय? - तर संजीवनी विद्या त्यांच्याबरोबर संपणार होती म्हणून!"

"कशी काय?" मी मध्ये विचारलं.

"कारण ती विद्या अशीच होती की प्रत्यक्ष गुरुमुखातून ऐकायची असते. वेदासारखी! ती कुठंही लिहून ठेवायची नसते. आणि मी तर इथं अर्धमागधी घेतलेलं. शास्त्रीबुवांपासून पुढं जी विद्या चालत राहणार होती त्याला मीच खीळ घातली. स्वत:बरोबर स्वत:ची सिद्धी नष्ट होऊ नये म्हणून नियतीच्या विरुद्ध जाऊन शास्त्रीबुवांनी संजीवनी विद्येचे महामंत्र लिहून काढले. ज्या रात्री ते कार्य संपलं त्याच रात्री ते वारले. मरतेसमयी त्यांनी मला त्या सिद्धीचा इतिहास सांगितला. त्यांना त्यांचं मरण समजलं! ते त्यांनी जाणूनबुजून पत्करलं. आणि मी त्याला जबाबदार!-कारण शास्त्रीबुवांना अपमृत्यू आला."

-राजनचे डोळे पुन्हा पुन्हा भरून येत होते. मी सुन्न झालो होतो. पुन्हा राजनने स्वत:ला सावरलं व तो सांगू लागला,

"त्यानंतर चार वर्षांनी माझं लग्न झालं. लग्नानंतर एक-दोन वर्षं चांगली गेली. पण घरात नेहमी उदास वाटायचं. कारण नसताना कशाची तरी भीती वाटायची. भयाण वाटायचं. आणि एका रात्री तर चमत्कार झाला.मी एकाएकी झोपेतून जागा झालो. माझ्या सर्वांगाला दरदरून घाम फुटला. मी निथळून गेलो

माझी कथा खोटी म्हणू नकोस । ९५

होतो. मी उठून बसलो. उशी व चादरही घामाने भिजली होती. मी मग कपडे बदलले, चादर-उशी बदलली व झोपण्याचा प्रयत्न करायला लागलो. पण ती जी मोडली ती मोडलीच. हा असाच प्रकार ओळीने तीन-चार रात्री घडला. नंतर झोप लागू लागली. पण स्वप्नांत कागदांचे गठ्ठेच्या गठ्ठे दिसायचे. पोथ्या दिसायच्या. ग्रंथ दिसायचे. एकदा असाच मध्यरात्रीच्या सुमारास मी जागा झालो. आणि त्या क्षणी मनात विचार आला शास्त्रीबुवांचा आणि त्यांच्या पुस्तकांचा! मी मग भराभरा त्यांच्या खोलीत गेलो. त्यांचं पुस्तकांचं कपाट उघडलं. मी त्याकडे त्या दिवसापासून पाहिलंच नव्हतं. आख्खं कपाट पुस्तकांनी भरलेलं होतं. आणि तळातल्या कप्प्यात सगळी पोथ्यापुराणं होती. त्या पोथ्यापुराणांतून मी संजीवनी विद्येचं पुस्तक-हस्तलिखित नाहीसं करणार होतो. ती होती संजीवनी विद्या, पण मला ते विष वाटत होतं. स्वयंपाकघरात जाऊन मी मग काडेपेटी आणली. काडी शिलगावून मी त्याला लावणार एवढ्यात 'थांब' असा स्पष्ट शब्द कानावर आला. तो आवाज, वसंत, शास्त्रीबुवांचा होता. मी सर्वत्र वेड्यासारखा पाहू लागलो. बोटांना चटका जेव्हा बसला तेव्हा हातातली काडी मी टाकून दिली. ते हस्तलिखित जाळण्याचा मला धीर होईना. क्षणमात्र वाटून गेलं, आपण ही पोथी वाचू या, पाठ करू या. आणि मग नाहीशी करू या. त्या रात्रीपासून मी गुपचूप पाठांतराला सुरुवात केली. पोथी वाचत असताना कोणीतरी सतत आपल्याला आधार देत आहे, धीर देत आहे, मार्गदर्शन करीत आहे, असा भास होऊ लागला. रात्र-रात्र जागरणं करून मला दुसऱ्या दिवशी त्रास होत नसे. डुलकी येत नसे की शरीर जड होत नसे. त्या मंत्रशक्तीचा मला आलेला तो पहिला अनुभव! सतत पंधरा दिवस रात्र-रात्र अभ्यास करून माझं पठण संपलं. मी त्या पोथ्या-हस्तलिखितं जाळून टाकली आणि त्या दिवसापासून घराची कळाच बदलली. इतके दिवस जे काम भयाण वाटायचं, उदास वाटायचं ते बंद झालं. सर्वत्र उत्साह व प्रसन्नता वाटू लागली.

मंत्र पाठ झाला होता. आता त्याचा खरेखोटेपणा पडताळून पाहायला हवा होता. तो मोह नकळत व्हायला लागला. मग एका रात्री गुपचूप तो मंत्र म्हणून पाहिला. आणि काय नवल सांगू वसंत तुला, रात्रीच एक झुरळ पायाखाली सापडून मेलं होतं ते जिवंत होऊन प्रत्यक्ष चालायला लागलं. तो आनंद लपवणं सर्वस्वी अशक्य होतं. मी मग बायकोला उठवलं, तिला सगळा प्रकार सांगितला. सिद्धी प्राप्त झाल्याची हकीकत सांगितली.

त्यानंतर दोनच दिवसांनी माझे एक लांबचे सासरे वारले. आम्हाला बोलावणं आलं. आम्ही तिथं गेलो. तिथं एकच आकांत चालला होता. कोरॅमिनचं इंजेक्शन देऊन डॉक्टर निघून गेले होते. सौ. तेवढ्यात मला घेऊन एका

बाजूला आली. ती म्हणाली,
'तुमच्या मंत्राची प्रचिती पाहा ना इथं!'
'नको! फसलं तर घोटाळा होईल, फजिती होईल.'
'कुणाला सांगू नका. मनातल्या मनात जप करा. पाहू काही होतं का?'
'बरं! मी करतो प्रयत्न. पण जर जिवंत झाले तर माझ्या संजीवनी विद्येमुळे
जिवंत झाले हे कौतुक म्हणून कुणाला सांगू नकोस.'
'नाही सांगणार.' सुमित्रा म्हणाली.

मी मनातल्या मनात मंत्राचा जप करायला लागलो. आणि आश्चर्याचा परमावधी
म्हण, काहीही म्हण, सासरे जिवंत झाले. मग आनंदाला काय तोटा?-परत
डॉक्टरांना बोलावण्यात आलं. त्यांच्या डॉक्टरी पेशाला शोभेल असं त्यांनी
लांबलचक निवेदन केलं. अंदरकी बात मला व सुमित्रेला माहीत होती. छाती
फुगवून मी व सौ. घरी परतलो.

त्यानंतर मध्ये जेमतेम एखादा आठवडा गेला असेल. एके दिवशी सकाळी
साडेदहाच्या सुमारास अप-टु-डेट पोषाख केलेला एक गृहस्थ माझ्या घरी
आला होता. मी त्याला ओळखलं नाही, पण तो मात्र अचूक माझ्याकडे आला
होता. मंत्रसामर्थ्याच्या जोरावर ज्यांना परत चैतन्य प्राप्त झालं होतं त्या आमच्या
सासऱ्यांच्या बिल्डिंगचे ते मालक होते. त्यांचे चुलते मरणोन्मुख पडले होते
आणि त्यांना त्या बाबतीत माझी मदत हवी होती. मूळचंदना मी म्हणालो,
'मी तिथं येऊन काय करणार?'
त्यावर ते म्हणाले, 'आमाला समदी बात माहिती हाय. तुमची आणि तुमचे
वाईफची वार्ता आम्ही ते दिवशी ऐकली हाय. तुमचेपाशी एक मंत्र हाय् ते
आमी ओळखते. आमचे संगती येल तर अख्खे जिंदगीचा प्रॉब्लेम आमी
सोडवेल'
-तो मला खूप मोठं आमिष दाखवत होता. पण माझी जाण्याची इच्छा नव्हती.
मला सिद्धी प्राप्त झाली होती, पण असे ठिकठिकाणी त्याचे प्रयोग करण्याची
माझी इच्छा नव्हती. मी जाणार नव्हतो. पण सुमित्रेने मला आग्रह करायला
सुरुवात केली. माझं मन मात्र द्विधा होत होतं. शेवटी मूळचंदने खिशातून
नोटांचं बंडल काढून माझ्यासमोर धरलं व तो म्हणाला,
'हे पाच हजार रोकडे आहेत. तुमी सक्सेसफुल झाले तर और पाच हजार आमी
तुमाला कॅश देऊ.'
मला मोह पडला व मी मूळचंदबरोबर खाली उतरलो. त्याच्या आलिशान
मोटारीत मी बसताच त्याने गाडी जुहूला घ्यायला सांगितली. आम्ही जुहूला
पोहोचलो ते एका हॉटेलात. तिथं पोहोचल्यावर मला निराळी शंका येऊन मी

विचारलं,

'इथं कुठे?'

'समदा सांगेल, जर सबूर करो.'

-वरती एका खोलीत आम्ही गेलो. ती खोली अगदी अद्ययावत सुखसोईंनी सुसज्ज होती. मी मूळचंदकडे प्रश्नार्थक नजरेने पाहिलं. त्यावर तो हसत म्हणाला,

'आता आमचा अंकल-मरून गेला असेल. आणि समदी माणसं तुमचे घरी गेले असेल.'

'म्हणजे काय?'

'म्हणजे तेच! तुमचे वाईफने आमचे फॅमिलीला समदा सांगितला हाय. आमाला आमचा अंकल जिंदा नको हाय. त्येची समदी प्रॉपर्टी आमची होएल. अख्खा दिन आता आपुन इथं थांबेल. त्येचा वाट लागला म्हंजे आम्ही तुमाला वापस तुमच्या घरी सोडेल.'

त्याचा डाव माझ्या लक्षात आला. काकांच्या मृत्यूवर टपून बसला होता. आणि मी संजीवनीने त्याला जिवंत करू नये हा त्याचा कावा होता. मी त्याच्याकडे चिडून पाहिलं. तो निर्लज्जासारखा हसत होता. तो पुढे म्हणाला.

'आमचा ब्रदर हाय, तो चांगला होरोस्कोप जाणते. तेनी तुमचे मामाचा होरोस्कोप पाहिला होता व म्हणाला होता, की तुमची मरूनशान फिरून याल. आमाला ते माहीत होता. आणि मग आमी तुमचे वाईफ संगटनची वार्ता एकली, तवा विचार केला की आमाला डेंजर तुमचेपासून हाय. तवा आमी तुमाला किडनॅप केला.'

हे सांगता-सांगताच त्याने आणखी एक नोटांचं बंडल समोर टाकलं.

"वसंत, तेवढा एकच मोहाचा क्षण मी टाळू शकलो असतो तर माझं आयुष्य पार पार बदललं असतं. माझ्या नेहमीच्या सुखी आयुष्याची व माझी अशी फारकत झाली नसती. पण दैवदुर्विलास टळणार नव्हता. ते बंडल मी खिशात टाकलं व चुपचाप झालो.

मूळचंदने मला संध्याकाळी घरी सोडलं. तोवर त्याच्या काकाचं अस्तित्व संपुष्टात आलं होतं.

"आणि वसंत, काय सांगू तुला? तेव्हापासून घराकडे संपत्तीचा रात्रंदिवस ओघ वाहत राहिला. संपत्ती, पैसा माझ्यावर कोसळत होता. पण मी अंतर्यामी जळत होतो."

"का?" मी मध्येच विचारलं.

"कारण लोकांचा हा स्वार्थ! हा पैशांचा ओघ वाहत होता तो संजीवनी मंत्राचा

उपयोग न करण्यासाठी वाहत होता. अनेकांना जिवंत करून मी सर्वत्र आनंदीआनंद निर्माण करीन हे माझं स्वप्न होतं. पण लोकांना माणसं मरायलाच हवी होती.''

''असं कसं म्हणतोस?''

''म्हणायला नको, पण तसे अनुभव घेतले त्याला काय करू? अरे प्रत्यक्ष नवरा मरत असताना, त्याला जिवंत करू नका असं सांगणारी बाई भेटली, आता बोल!''

''खरं?'' मी चमकून विचारलं.

''होय. आता त्याला कारणही तसंच होतं. माझ्या घरी ती बाई अगदी करकरीत संध्याकाळी आली. तिची ती चमत्कारिक मागणी ऐकून मला धक्काच बसला. त्यावर तिने माझ्याकडे पाठ केली. मला आणि सुमित्रेला अंगातला पोलका वर करून दाखवला. तिच्या गोऱ्या-गोऱ्यापान पाठीवर भाजल्याच्या खुणा होत्या. ती पुढं म्हणाली, 'लग्न होऊन पाच वर्षं झाली, पण एक दिवस नवऱ्याचं व माझं पटलं नाही. सासू व नवरा मिळून हाल करतात. पहिल्या रात्रीपासून मी देवाची प्रार्थना करते आहे की मला तरी ने नाहीतर नवऱ्याला तरी ने. आज देव प्रार्थना ऐकतोय. तेव्हा आता नवऱ्याला पुन्हा जिवंत करायचं का नाही हे तुम्ही ठरवा.'-हे सगळं पाहिल्यावर मी गेलो नाही. काय म्हणशील आता ह्या अनुभवाला?''

- मी गप्प होतो. माझं विचारचक्र चालणंच शक्य नव्हतं.

राजन पुढे म्हणाला, ''ह्या ना त्या कारणाने माणसं दुसऱ्याच्या मरणाची वाट पाहत आहेत असाच अनुभव आला. आणि त्यालाच मन विटलं.

दुसऱ्याच्या मरणावर टपलेली दुष्ट माणसंच मला भेटत राहिली. कुणी कीर्तीसाठी हपापलेलं, कुणी सत्तेसाठी, कुणी पैशासाठी! ह्यात मंत्री होते, डॉक्टर्स होते, मोठमोठाले व्यापारी होते, आणखीन् तेवढ्याच प्रमाणावर सामान्य लोकही होते. एक वेळच्या खाण्याची ज्यांच्या घरी पंचाईत होती त्यांना, एखादी व्यक्ती मेली म्हणजे एक खाणारं तोंड कमी झालं म्हणून हायसं वाटायचं!-हे सगळे प्रकार पाहिले आणि मन विटून गेलं. वाटलं की स्वार्थी जगापासून दूर पळावं. कुणाचंही तोंड पाहू नये. कुणाशीही अक्षर बोलू नये. घरी पैसा दुथडी भरून वाहत होता. एरवी इन्कमटॅक्सची माणसं डोळ्यांत तेल घालून पिच्छा पुरवतात. पण माझ्या वाटेला कोणी गेलं नाही. मी मोटार घेतली, एवढा आलिशान बंगला बांधला, पण कोणी फिरकलं नाही चौकशी करायला. कारण प्रत्येकाला मी ह्या ना त्या कारणाने उपकाराखाली आणलेलं होतं. सरस्वतीचं आणि लक्ष्मीचं वाकडं असतं ते असं! सरस्वतीला नाराज

करून, डावलून, परमेश्वर अनंतहस्ते जे देत होता ते, दोन हातांत सावरण्याचा प्रयत्न करत होतो. कुठंतरी मन जळत होतं. ह्याची किंमत खूप मोठी मोजावी लागणार आहे या विचाराने मी आत पिचत होतो. पण त्या चक्रातून मात्र बाहेर पडू शकत नव्हतो. आणि शेवटी फटका बसायचा तो बसलाच!''

''काय झालं?'' मी चमकून विचारलं.

''माझ्या बायकोला कॅन्सर झाला. लंग्जना झाला होता. डॉक्टरांनी केस रिफ्यूज केली होती. पण मी खनपटीला बसलो. मला कसलीच भीती नव्हती. संजीवनी विद्या जवळ होती. मृत्यू माझ्या घराच्या आसपासच काय, पण लांबूनसुद्धा बघू शकणार नव्हता. ऑपरेशनचा दिवस ठरला. तिला टेबलावर घेतलं. मी बाहेर बसून राहिलो. आणि अर्ध्या तासाने सिस्टर बाहेर आली. मला मामला निराळा वाटला. तोच डॉक्टर पण बाहेर आले. मी धावतच त्यांच्यासमोर गेलो. त्यांनी खुणेनेच उपयोग नाही म्हणून सांगितलं. 'हे कसं शक्य आहे?' - म्हणून ओरडलो व कुणाचीही पर्वा न करता ऑपरेशन थिएटरमध्ये धावलो. माझी लाडकी सुमित्रा तिथं झोपली होती. तिचा हात-थंड पडत चाललेला हात मी हातात घेतला व म्हणालो, 'सुमी, सुमी, तू परत येणार आहेस. माझ्याशी संसार करणार आहेस. मढ आयलंडच्या नव्या बंगल्यात आपण हजारो वर्षं राहणार आहोत.'-एवढं म्हणून मी मंत्र म्हणायला सुरुवात केली. आणि वसंत, काय सांगू तुला, तिसऱ्या श्लोकाच्या पुढे काहीच आठवेना. जितक्या वेळा सुरुवात केली तितक्या वेळा अडखळलो. पाच-सहा वर्षं मंत्र न म्हणण्याबद्दल पैसा घेत होतो. एक चरण आठवेना. सुमी गेली माझी! संजीवनी विद्या अवगत असलेल्या माणसाची सहचरी हातोहात गेली. सांग, त्याला काय म्हणशील?- तेव्हापासून असा हा मी सारखा जळतोय. होरपळतोय. असा एकांतात येऊन. एवढ्या मोठ्या वास्तूत भुतासारखा राहतोय. दाराशी पहारेकरी ठेवलेत दोन-दोन. कुणी माझ्यापर्यंत येऊ नये म्हणून! कारण कुणाला तरी सारं सांगावंसं वाटणार. आणि ऐकणारा मात्र हे सारं खोटं आहे म्हणणार. तुला मुद्दाम बोलावलं. तू तसा नाहीस. तू ही गोष्ट खोटी म्हणू नकोस, कारण मी जळतोय, होरपळतोय!''

★

वाघच-पण मि. वाघ नव्हे!

झुलत्या दरवाजाला धक्का देऊन वाघाने ब्रिंडिया बँकेच्या ऑफिसात प्रवेश केला. आतली एअरकण्डिशण्ड हवा लागताच त्याचं मन प्रसन्न झालं. तो स्वत:शीच पण मोठ्यांदा म्हणाला,

"वा वा! इथं तर गर्द हिरव्या झाडांच्या सावलीत, जाळीत बसल्यासारखं वाटतंय."

वाघाचं हे स्वगत त्या शांत हॉलमध्ये फार मोठ्यांदा वाटलं. अजून बँक इतरांसाठी उघडायची होती. जो-तो गडबडीत होता. तरीही वाघाचं हे स्वगत बहुतेकांनी ऐकलं. पहिल्यांदा वाघाकडे लक्ष गेलं ते दरवाजाजवळ बसलेल्या हवालदाराचं! खराखुरा, जिवंत, साडे-आठ-नऊ फूट लांबीचा तो वाघ पाहताच हवालदार स्टुलावरून मागच्या मागं कोसळला. सगळ्यांच्या नजरा त्या बाजूला वळल्या आणि तिथंच खिळल्या! - पार थिजल्या!

-किंकाळी फोडण्याचं भानही कुणाला राहिलं नाही. आपल्या आगमनाने केवढा हाहाकार उडाला त्याचं वाघाला कौतुक नव्हतं. हवालदाराचं रिकामं झालेलं स्टूल त्याने पुढच्या पायाने सारखं केलं आणि मागचे दोन्ही पाय दुमडून मोठ्या शर्थीने तो तोल सावरीत त्या स्टुलावर बसला.

एवढा अवधी बँकेतल्या इतर लोकांना पुरला. हां हां म्हणता करंट, इन्क्वायरी, सेव्हिंग्ज ह्या खिडक्या ओस पडल्या. एकमेकांचे हात घट्ट पकडीत सगळेजण स्टोअर्सकडे धावले. शांत, तटस्थ होते ते फक्त पेइंग कॅशियर आणि रिसिव्हिंग कॅशियर! ते इतरांची ही धावपळ मजेने पाहत बसले, त्यांना भिण्याचं कारणच नव्हतं. त्या दोघांच्या भोवती बळकट जाळीचा पिंजराच होता ना?-

तेवढ्यातल्या तेवढ्यात प्रसंगावधान राखून सौ. प्रतिभा वाघ, बिलिमोरियाच्या पिंजऱ्यात गेल्या.

एव्हाना वाघ स्टुलावर व्यवस्थित बसू शकला होता. वास्तविक आता टाळ्यांचा कडकडाट व्हायला हवा. त्याखेरीज स्टुलावरून उतरायचं कसं? हा तर नेहमीचा कार्यक्रम! ग्रेट इंडिया सर्कसमध्ये दिवसातून तीन वेळा स्टुलावर

बसून दाखवायचं! प्रो. भवानराव आणि वाघ ह्यांची रोजची जुगलबंदी! फटके खायचे, शॉक सहन करायचे, गुरगुरत-गुरगुरत शेवटी स्टुलावर नाइलाजाने बसायचं. प्रेक्षकांकडून टाळी ऐकली की उतरायचं!

-पण आज न सांगता स्टुलावर बसून दाखवलं तरी टाळी नाही हे कसं? वास्तविक जातिवंत वाघाला असं पट्टेवाल्यासारखं स्टुलावर बसायला लावायचं हे अपमानास्पद!-अरे अंगावर 'पट्टे असले म्हणून काय जंगलच्या 'शेरा'ने असं पट्टेवाला व्हायचं? पण ही व्यथा प्रो. भवानरावाला समजली नाही.

वाघ स्वत:च्या विचारात चूर होता आणि तिकडे मात्र एकमेकांना मिठ्या मारून सर्व चुपचाप उभे होते. पेइंग आणि रिसिव्हिंग कॅशियर्सना-बिलिमोरिया आणि सातपुते ह्या दोघांना एरवी सगळे कैदी-कैदी म्हणून चिडवत. पण आता ते कैदी कॅशसकट सुरक्षित होते. त्याशिवाय बिलिमोरियाच्या पिंजऱ्यात सौ. वाघसुद्धा!

बिलिमोरिया सौ. वाघांना हळूच म्हणतो,

"मिसेस वाघ, तुमी साला समद्या स्टाफवर लई गुरगुरते, पण आता मिस्टरला सो मच घाबरते? साला वंडर हाय."

"मग त्याला काय मिठी मारू?" आपण नक्की 'सेफ' आहोत ह्याची खात्री पटल्यावर सौ. वाघांनी बिलिमोरियाचा जोक परतवला.

"तुमी हा ॲडव्हेंचर करेल, तो ड्रॉवरमंदी हाय ते कॅश तुमची!"

"हो! हलवायाच्या घरावर तुळशीपत्र!"

स्वतंत्र खोलीत बसलेल्या एजंट माधव निगुडकरांना बाहेरच्या ह्या कोलाहलाची काही कल्पनाच नव्हती. त्यांनी आतून फोन उचलला. थरथरत्या हाताने तो फोन गोखल्यांनी उचलला. कापऱ्या आवाजात ते बोलायला लागले-

"सऽऽर,सऽऽर,सऽऽर..."

"येस, व्हॉट इज दॅट?"

"स...र, सर, वाघ...वाघ..."

"हो हो! येणारच होते. त्यांना पाठवून दे."

"सर...प...ण..."

"पण काय-मिसेस् वाघ आहेत ना आपल्या ब्रँचमध्ये? त्यांचे मिस्टर आहेत ते..."

"अशक्य!" अनवधानाने गोखले ओरडले.

आतून निगुडकर दुप्पट मोठ्यांदा ओरडले. "नॉन्सेस!"

पलीकडचा फोन आपटला गेला. गोखल्यांनी फोन खाली ठेवताच सातपुते म्हणाले,

"काय करताहेत साहेब?"
सौ. वाघांकडे पाहत गोखले म्हणाले, "मिस्टर वाघांना आत पाठवून द्या म्हणताहेत."
-तशाही परिस्थितीत सगळे हसले. आणि तेवढ्यात केबिनचं दार उघडून माधव निगुडकर बाहेर आले. त्यांच्या नवीन टेरिलीनच्या सूटाकडे आज कुणाचंही लक्ष गेलं नाही.
"व्हेर इज मिस्टर वाघ?" ते मोठ्यांदा म्हणाले. पाहतात तो सगळे असिस्टंट्स दरवाजामागे लपलेले आणि सौ. वाघ रिसिव्हिंग कॅशियरच्या पिंजऱ्यात!
"अरे काय हा नॉन्सेन्स चाललाय? आता बँकेत लोक यायला लागतील. तुम्ही काय लपंडाव खेळताय?"
-निगुडकरांचा आवाज सर्वत्र घुमला. टाळ्या पडण्याची वाट पाहून वाघ कंटाळला. आपल्यासारखंच कोण गुरगुरतंय हे पाहण्यासाठी त्याने स्टुलावरून उडी मारली. काऊंटरवर पुढचे दोन पाय टेकवून उभं राहत तो काचेतून पलीकडे पाहायला लागला.
निगुडकरांचं तिकडे लक्ष गेलं आणि एअरकण्डिशण्ड वातावरणात त्यांना घाम फुटला. विजेच्या वेगाने ते आपल्या खोलीकडे धावले. पाठोपाठ इतर मंडळी धावली. आत गेल्यावर निगुडकर आधी ग्लासभर पाणी प्यायले आणि मग 'वाघांना आत पाठवून द्या' सांगितल्याचं त्यांना आठवलं. तशाही परिस्थितीत ते हसले. साहेब हसल्यावर सगळेच मोकळे झाले.
"सर, पोलीसला फोन करा."
निगुडकरांनी फोन फिरवायला सुरुवात केली.
हॉलमध्ये शांतता झाल्यावर वाघाने इकडे तिकडे पाहिलं. तेवढ्यात समोर पिंजरा दिसला. वाघाने लगेच तिकडे मोहरा वळवला. तिथंही त्याने काऊंटरवर पुढचे पाय टेकवलं. पिंजऱ्यात त्याला बिलिमोरिया व सौ. वाघ दिसल्या. आपण बाहेर व माणसं पिंजऱ्यात, हा उलटा प्रकार पाहून वाघ चक्क हसायला लागला. बिलिमोरिया, सौ. वाघ आणि सातपुते डोळे विस्फारून तो प्रकार पाहत राहिले. तेवढ्यात वाघ म्हणाला,
"खूप दिवसांचं स्वप्न साकार झालं म्हणून हसलो."
"स्वप्न?" सौ. वाघांनी चमकून विचारलं.
"मग काय?-झोपेचा आणि स्वप्नांचा मक्ता काय फक्त माणसांनी घेतलाय?"
"लेट इट् गो रे! साला ड्रीम तो सांग."
वाघ मिशांवरून पंजा फिरवीत म्हणाला,

''मी बाहेर आणि माणसं पिंजऱ्यात आहेत असा मजा पाहायचा होता एकदा! असो!

मंडळी, तुम्ही कोणत्या सर्कसमध्ये काम करता?''

बिलिमोरियाला मजा वाटून तो म्हणाला,

''आमची सर्कस, ब्रिंडिया बँक!''

''वा वा! बहोत खूब! आता आरडाओरडा करून खोलीत गेले ते रिंगमास्टर वाटतं?''

''हो! करेक्ट!'' सौ. वाघ म्हणाल्या.

सौ. वाघांकडे पाहत वाघाने बिलिमोरियाला विचारलं,

''इनकी तारीफ?''

''ह्या सौ. वाघ.'' सातपुते म्हणाले.

सौ. वाघ म्हणताच वाघ पटकन् लाजला. थोडा घाबरलाही.

''अरे तुमी वाईफला डरते?''

वाघ म्हणाला,

''मिसेस् वाघ म्हटल्यावर मला बायकोची आठवण झाली व घाबरलो मी. बायको म्हटलं म्हणजे वाघ काय, माणूस काय, सगळेच भितात.''

''असं?''

''मग खोटं की काय! आता आमचा रिंगमास्टर, प्रो. भवानराव...''

''प्रोफेसर भवानराव?'' मध्येच सातपुत्यांनी विचारलं.

''प्रोफेसर नाही प्रोप्रायटर!-हां, तर तो भवानराव एका वेळेला आठ-आठ, दहा-दहा वाघसिंहांबरोबर काम करतो. पण बायकोसमोर...? विचारू नका. बायकोशी भांडला की माझ्या पिंजऱ्यात येऊन लपतो. बायको मग बाहेरून म्हणते,

'डरपोक कुठले! वाघाच्या पिंजऱ्यात लपतात. हिंमत असेल तर बाहेर या!''

''अय्या हा तर जोक आहे. मी वाचला होता.''

''मिसेस् वाघ, हा जोक नाही. रोज असं घडतं.''

-सगळे मनमुराद हसले. त्यांच्या हास्यविनोदाचा आवाज ऐकून बेशुद्ध पडलेला हवालदार हळूहळू शुद्धीवर आला. किलकिल्या नजरेने त्याने सगळीकडे पाहिलं. पाहतो तो बिलिमोरिया, सातपुते आणि वाघबाई, दोस्तांशी बोलावं त्याप्रमाणे वाघाशी बोलताहेत. त्याच क्षणी हवालदाराला परत एकदा जाणीव झाली की धोका आपल्यालाच आहे. त्या तिघांना नाही. पाय न वाजवता तो मग दरवाजाकडे सरकला. सावधानतेने त्याने दरवाजा उघडला आणि बाहेर येत तो मागच्या मागं लावूनही टाकला. तिथूनही पळण्याचा त्याचा विचार होता,

पण तेवढ्यात प्रो. देशपांडे समोरून आले. त्यांची बँकेत रोजची फेरी ठरलेली! हवालदाराने त्यांना तिथंच अडवलं. दरवाजा किलकिला करून आतलं दृश्य दाखवलं. प्रो. देशपांडे तिथंच थांबले.

बाहेर हळूहळू गर्दी वाढत होती आणि आत त्या चौघांच्या गप्पा रंगल्या होत्या.

''तुम्ही पण सकाळचे इकडे कसे?''

''पेपर वाचल्यामुळे आलो.'' वाघ शांतपणे म्हणाला.

''तुम्ही वाचता?''-सौ. वाघांनी विचारलं.

''आमचा पिंजरा साफ करायला गणपत नावाचा गडी ठेवलाय. तो त्याच्या दोस्ताला रोज पेपर वाचून दाखवतो. तेव्हा आम्हीही बातम्या ऐकतो त्यातल्या. आजची बातमी ऐकली आणि संधी मिळताच पळून आलो.''

''असं काय विशेष आलंय आज?''

''पोलिसांनी छापे घालून काळे पैसे उजेडात आणले. असे छापे आता सगळीकडे घालणार आहेत. बँकेतल्या लॉकर्सना पण सिलं बसणार आहेत.'' वाघ तावातावाने सांगायला लागला.

''अरे, पण तुमी जनावर लोक कशापायी बॉदर करते?'' बिलिमोरियाने विचारलं.

एकदम चिडून, तिथल्या काऊंटरवर पंजा आपटीत वाघ म्हणाला,

''तेच सांगतो आता. आम्ही जनावरं माणसांच्या भानगडीत कधीच पडत नाही. जनावरांनी इंटरेस्ट घ्यावा असा जनावरांचा एकही गुण माणसात नाही. ज्या जनावरांनी माणसांसाठी जन्मभर रक्त आटवलं त्यांना माणसं कशी वागतात ते मी ऐकलंय.''

''शांत व्हा! शांत व्हा! सांगा तरी आम्ही काय करतो ते?''

''वाचा की पेपर! परवाच एका जातिवंत, उमद्या घोड्याला तुम्ही माणसांनी गोळी घालून मारून टाकलंत. बिचारा तुमच्यासाठी छाती फुटेपर्यंत पळत होता. जनावरांच्या जिवावर तुम्ही गाड्या उडवता आणि वेळ आली की जनावरालाच उडवता! माणसांपेक्षा घोडे चांगले. ते नाही माणसांवर पैसे लावीत!''

बिलिमोरिया, सौ. वाघ आणि सातपुते- तिघंही हसली. सातपुते म्हणाले,

''खरं आहे. पण आज तुम्ही इकडे येणं कसं काय केलं?''

''अशीच एक बातमी समजली, माणसांच्या कारस्थानाची, म्हणून आलो. वास्तविक तुम्ही माणसांनी रोज जनावरांची पूजा करायला हवी. पण ते कुठलं व्हायला! तुमच्याबरोबर जे इमानाने राहतात त्यांच्यावर तुम्ही उलटता.''

''कसं काय?''

''एखादा इमानी कुत्रा पिसाळला तर काय करता तुम्ही? त्याला गोळी घालता

ना?''

''अहो पण, त्याच्यापासून धोका...''

''आणि पिसाळलेल्या माणसांपासून नसतो धोका? त्यांना का नाही गोळी घालत? तुमची चाकरी करून होतो जनावरांच्या डोक्यावर परिणाम. एक प्रकारचं दुखणंच ते! अशाच वेळी जनावराला सांभाळलं पाहिजे. पण तुम्ही घालता गोळी! माणसांच्या सहवासात राहून जनावरांना माणसांच्या व्याधी जडू लागल्या आहेत.''

''अय्या, त्या कशा?''

''पेपर वाचा! परवा राणीच्या बागेतल्या वाघाचा दात उपटावा लागला. आतापर्यंत हे दातांचं दुखणं वाघाला झालेलं कधी ऐकिवात होतं? पण असंच व्हायचं हे! जंगलातला निसर्गाचा सहवास सोडून आम्ही माणसांत आलो ना!''

''अरे, तुमी तो साला लई आऊटस्पोकन हाय. आज कशापाई आला तेची वार्ता कर ना!''

''त्या प्रो. भवानरावाने इथं ह्या बँकेत माझ्या नावावर अकाऊंट उघडलाय आणि काही लॉकर्समध्ये काय-काय दडवून ठेवलंय ते मला बघायचंय.''

-ह्या बातमीने तिघंही दचकली. त्यांच्या चेहऱ्यावरचे हावभाव पाहत वाघ म्हणाला, ''म्हणजे मी ऐकलं ते खरं तर? ठीक, समजली माणसाची जात? स्वत: वाईट धंदे करतात आणि आम्हा जनावरांची नावं बदनाम करतात. स्वत:च्या हिंमतीवर पापं का नाही करत? दिवसातून तीनदा माझ्या जबड्यात मान देऊन, लोकांकडून टाळ्या मिळवतो तो भवानराव. अवकाश काय तो जबडा मिटण्याचाच असतो. मी सहज काटा काढू शकेन. हजारो लोकांना साक्ष ठेवून! पण नाही जमणार. आपल्या जबड्यात मान दिली तरी आपण वार करणार नाही. पण भवानरावाने मात्र माझी मान कापली. माझ्या नावावर लॉकर्स घेऊन दगलबाजी केली. मला आता तुम्ही मदत करा. मला लॉकर्सची चावी द्या. काळा पैसा बाहेर काढून मला देशाला मदत करायची आहे. देशाने माझा मान ठेवलाय. मला देशाचा मान ठेवू दे.''

''देशाने तुमचा मान ठेवला? कसा काय?'' सातपुत्यांनी विचारलं.

''चोवीस तास पैशांच्या व्यवहारात राहूनही तुम्ही त्या नाण्याकडे नीट पाहिलंत पण नाही? नवल आहे. त्या नाण्यावर माझं चित्र छापलंय. केवढा बहुमान आहे माझा! वाघासारखं जनावर, अंधारात काय किंवा पिंजऱ्यात काय, कधीही जखडून राहायचं नाही. संधी मिळताच ते बाहेर निसटणार. उघड्यावर येणार, म्हणून नाण्यावर माझं चित्र छापलंय. कळलं! आता मला किल्ल्या द्या.''

बोलता-बोलता काचेखालून पंजा घालून बिलिमोरियासमोरचा किल्ल्यांचा जुडगा

वाघाने हस्तगत (की पंजागत?) केला. त्याच वेळी बाहेरचा दरवाजा उघडला गेला. हातात छड्या घेऊन प्रो. भवानरावांनी प्रवेश केला. बाहेर गाडीवर टाकलेला पिंजरा सज्ज होता. पिंजऱ्यावर सरकता दरवाजा वर उचलून गडी तयार होता. प्रो. भवानरावांच्या पहिल्या इशाऱ्यासरशी वाघ पिंजऱ्यात जाऊन बसला. दरवाजा मिटला. बाहेरच्या हॉलमध्ये सगळे जमले. हास्यकल्लोळाला ऊत आला. प्रसंगावधान दाखवल्याबद्दल प्रो. भवानरावांनी निगुडकरांचं अभिनंदन केलं आणि शेवटी विचारलं,

''काय हो निगुडकर, पिंजऱ्यातून निसटलेला वाघ सरळ बँकेत कसा आला?''

-निगुडकर काय सांगणार? ह्या प्रश्नाचं उत्तर एवढ्यात, सातपुते, बिलिमोरिया आणि सौ. वाघ ह्यांना समजलं होतं. पण समोरच पोलीस ऑफिसर्स हजर होते. त्यांच्यासमोर काय बोलायचं?

-तेवढ्यात बिलिमोरिया ओरडला,

''अरे साला, त्या टायगरने आमचा की-बंच नेलाय लॉकर्सचा... गेट इट! गेट इट् ...!''

★

सुवर्णतुला

नारायण रमाकांत दनायत, हा गृहस्थ चालता-चालता एकाएकी थबकला. समोरच्या बसच्या रांगेकडे लक्ष गेलं म्हणूनच तो थबकला. रांगेकडे म्हणण्यापेक्षा रांगेतल्या एका बाईकडे पाहून! खात्री करून घेण्यासाठी त्याने परत पाहिलं आणि तो पुटपुटला, "हे काय? सत्याभामावहिनी? आणि बसच्या रांगेत? नारायण...नारायण...!"

-सत्यभामेकडे जाण्यासाठी दनायत रस्ता क्रॉस करायला लागला, पण एकीकडे तो स्वत:शीच बोलत होता, सत्यभामा बसने का जाते? परवाच तर कृष्णरावांनी कॅडिलॅक घेतली. रुक्मिणीला जाताना आपण प्रत्यक्ष पाहिलं. आता हे जर सत्याभामेला माहीतच नसेल तर ती रागवणार. अगोदरच ती आपल्याला 'नारद' म्हणून हाक मारते. कारण काय? तर आपल्या नावाच्या अद्याक्षरांपासून 'नारद' नाव तयार होते म्हणून! आता एक बरोबर आहे. आपण कळलावेपण करत नाही असं नाही, पण त्यापायी कुणाला दु:ख होणार नाही ना, कुणाचा तोटा-नुकसान होणार नाही, हेही आपण पाहतो. आता आपण समोर जाऊन उभे राह्यलो की सत्यभामाबाई म्हणणार मोठ्यांदा, 'या नारदबुवा!'

-दनायतचा अंदाज खरा ठरला. सत्यभामेने त्याला पाहताच ती मोठ्यांदा म्हणाली,

"या नारदमुनी!"

सत्याभामेसमोर जात दनायत म्हणाला, "नारायण, नारायण! आज तुम्ही उन्हातान्हात बससाठी कशा काय?"

"इश्य! आज काय पहिल्यांदा का जात्येय? नेहमीच जाते बसने."

"नारायण नारायण! असंच का शेवटी?"

"का, काय झालं?"

"नाही-नाही, तसं काही नाही." दनायत त्याच्या नेहमीच्या मानभावीपणाने म्हणाला. पण सत्यभामेला तेवढं पुरेसं होतं शंका यायला. ती म्हणाली, "काय झालं?"

"छे छे! व्हायचंय काय? तो कृष्ण तुम्हाला बसने जायला सांगतो आणि तुम्हीही आनंदाने उन्हात, बससाठी उभ्या राहत आहात. मग मी कशाला काही बोलू? मी आपला जातोच कसा. उगीच कळलावेपणाचा आरोप नको."

"थांबा. मी तुम्हाला अशी जाऊ देणार नाही. गेलात तर शपथ आहे."

"नारायण नारायण! सत्यभामे, अशी शपथ घालून तू मला नको ते बोलायला लावणार आहेस. असं होतं. तुम्हा बायकांना भांडणाची आवड असते. पण भांडण्यासाठी तुम्हाला नेहमी कारण सापडेलच असं नाही. मग तुम्ही बायका माझ्यासारख्या शांतताप्रिय माणसाला शपथा घालून अडवता आणि एकमेकींत भांडण्यासाठी कारणं मिळवता."

"आता विषय बदलू नका, काय ते सांगा."

"सत्यभामे, आता काय सांगू? आपले कृष्णराव किती चतुर म्हणून सांगू! त्याचं तुझ्यावरच जिवापाड प्रेम आहे ना?"

-सत्यभामा फुशारून जात म्हणाली, "अर्थातच!"

"तो नेहमी जवळ बस, जवळ बस, म्हणतो ना?"

"इश्य...!"

"मग झालं तर! जिला नेहमी जवळ बस, जवळ बस- तिच्या नशिबी ही अशी 'बस'च!"

"मी नाही समजले भावजी."

"भोळी ग तू भोळी!

जवळ बसवूनी जो पत्नीशी करतो प्रेमालाप
तिलाच देई गिरिधारी ऐन उन्हाचा ताप.
दुसरी भार्या म्हणजे दूरची पण तिला परांची गादी,
तिलाच चोरून देई गिरिधारी कॅडिलॅक गाडी."

"सांगता काय भावजी? तुमचं काव्य नको. नीट सांगा."

"नारायण-नारायण!"

"खरं सांगा."

"आणखीन् काय सांगू?"

"फसवलं हो मला."

"हां हां, सत्यभामे, अशी झोपडीत राख घालू नको."

"झोपडीत?"

"तर काय? ते डोक्यावर केसांचं झोपडीसारखंच काहीतरी केलंयस ना?"

"ती हेअर स्टाईल आहे."

"नारायण, नारायण!"

“थांबा पुन्हा विषय बदलू नका. ह्यांनी गाडी घेतली? कधी? आणि मला कसं नाही कळलं?”

“तू भोळी म्हणून! तुला एखादी गोष्ट आणून दिली की तू हुरळून जातेस आणि त्या कपटनाटक करणाऱ्या आमच्या कृष्णरावांचं फावतं. मी आता बोलणार नाही असं ठरवलंय म्हणून, नाहीतर तुला सांगणार होतो की प्रत्येक बाबतीत तू फसतेस म्हणून!”

“कशी काय?”

“आता तू सांगायला भाग पाडतेस म्हणून. पण परवाचंच उदाहरण. तू हट्ट केलास म्हणून कृष्णरावांनी रेडिओग्रॅम आणला.”

“हो, मग! त्यांचं आहेच माझ्यावर प्रेम!”

“अशी तू फसतेस!”

“ह्यात काय माझी फसवणूक झाली?”

“अग, तो रेडिओग्रॅम नावाचा तुझा आहे, गाणी तर सगळी रुक्मिणीच्या ब्लॉकमध्ये ऐकू येतात.”

“खरंच का? फसले ग फसले मग!”

“नारायण-नारायण!”

“काय करू मी आता भावोजी?”

“रेडिओग्रॅमचं एक सोडून दे. त्यात कृष्णरावांची फारशी चूक नाही. आवाज कुठूनही पसरतोच. त्यावर त्यांना ताबा ठेवता येणार नाही. पण फोनच्या बाबतीत मात्र तुझी पंचाईत झाली असेल.”

“छे छे! फोनही त्यांनी माझ्याचसाठी घेतला.”

“अग पण, मुख्य कनेक्शन रुक्मिणीच्या ब्लॉकमध्ये आणि सगळे फोन तिलाच तर येतात. तुझ्या ब्लॉकमध्ये नुसतं खोकं.”

-तेवढ्यात समोरून कॅडिलॅक गाडी गेली. आत रुक्मिणी बसलेली. सत्यभामेने आणि दनायतने त्याच वेळी पाहिलं. त्याबरोबर गडबडीने दनायत म्हणाला, “बरंय सत्यभामे! निघतो आता. माझी आता ऑफिसची वेळ झाली. मी जातो. हो पण सत्यभामे, जाण्यापूर्वी एक सांगतो-

आवर आपुला राग भामिनी, विसर उपेक्षा झणी
आठव श्रीहरी, प्रेम तयाचे हेच उचित ह्या क्षणी.
वैभव, पैसा, दोन क्षणांचा मोह सोडून द्यावा
एक श्रीहरी भजा तयाला, तोच चिरंतन ठेवा.”

-दनायत अशी कळ लावून गेला. मग सत्यभामेचं मार्केटिंगमध्ये लक्ष कसं लागावं?

-ती तशीच आपल्या ब्लॉकवर परतली. कृष्णरावांची स्वारी घरी परतली म्हणजे कसं रागवायचं, कसं रुसायचं हे तिने ठरवून ठेवलं होतं. पण त्या ठरवून ठेवलेल्या सगळ्या गोष्टी फुकट गेल्या होत्या. कारण कालपासून स्वारी घरी फिरकलीच नव्हती. त्यामुळे सत्यभामेच्या रागाला आणि व्यथेला आणखीनच धार चढली होती. एक तर आपल्याकडे ते आले नाहीत ह्याचं दु:ख आणि त्याहीपेक्षा मोठं शल्य कोणतं असेल तर ते रुक्मिणीकडे गेले असतील ह्याचं! रुक्मिणीकडे ते असतील ह्या विचारापायीच सत्यभामेला रात्रभर झोप नव्हती. अंतर्बाह्य ती रागाने फुलली होती. पण आणखीन एक नाइलाज म्हणजे कृष्णरावांची स्वारी घरी आल्याखेरीज हा राग दाखवायचा तरी कुणाला? इच्छा असो वा नसो, ते घरी परत येईतो हा राग असाच सांभाळायला हवा.

घंटी वाजण्याच्या पद्धतीवरूनच रुक्मिणीने दनायत आला आहे हे ओळखलं. ती नोकराला थट्टेने म्हणाली,
''जा! दर उघड. 'नारद'भावोजी आले आहेत.''
''या! तुमचं स्वागत असो.''
दिवाणवर बसेतो दनायतने सगळ्या ब्लॉकवर नजर टाकली.
''रंग नवीन दिसतोय.''
''होय.''
''कोणता आहे? ऑइलपेंट?''
''नाही, प्लॅस्टिक इमल्शन.''
''वा वा! छान! बाकी छान काय? कृष्णरावांसारख्या रसिकाची ही निवड, त्यात बोट ठेवायला जागा नसणार. ठीक, ठीक! बरं देवीजी, सगळं काही कुशल आहे ना?''
''हो.''
''हो म्हणतेस, पण चेहरा मात्र उतरलाय तुझा.''
''तो ह्यांच्या काळजीने.''
''का बरं?''
''काल रात्रभर 'ते' ह्या घरी आले नाहीत.''
''एवढंच ना? अग, ह्या घरी नसतील तर त्या घरी असतील.''
''हरकत नाही तिकडे असले तरी! पण तिकडेही ते नसणार, कारण मग त्यांनी आल्याबरोबर मला फोन केला असता.''
''हां हां देवी! फोन केला नाही ह्याचा अर्थ ते तिकडे आलेच नसतील असं मात्र नाही. कारण फोन जरी असला तरी तो असणार सत्यभामेच्या बेडरूममध्ये.''

"कृष्णराव कुठेही असोत, सुखरूप असोत म्हणजे झालं. बरं, पण ते राहू दे. आपण काय घेणार?-गार की गरम?"

"मला फक्त गार पाणी दे. एकदम गार. फ्रीज असेलच तुझ्या घरी!"

"फ्रीज नाही, पण माठ आहे."

"काय हे? फ्रीज नाही?-अजब आहे. मला वाटलं, कृष्णरावांनी त्या दिवशी एकदम दोन फ्रीज घेतले असतील."

"भावजी, एकाच घरात दोन फ्रीज घेऊन काय करायचं? सत्यभामेचं घर आणि हे घर एकच. तुम्हाला आत्ता मी तिकडून गार पाणी मागवून देते."

"नको वहिनी, तू वृथा कष्ट घेऊ नकोस. मला पाण्याची गरज नव्हतीच. तुम्हा दोघींत हा नंदकिशोर भेदभाव करतो का, एवढंच मला पाहायचं होतं. माझा हेतू सफल झाला आहे. तो नक्कीच प्रतारणेने वागतो आणि म्हणूनच दोघींचे संसार तो व्यवस्थित चालवतो आहे. एकाच इमारतीत, चोविसाव्या मजल्यावर त्या कृष्णरावांनी दोन ब्लॉक शेजारी-शेजारी घेतले, तेही असे की एकीच्या ब्लॉकचा जिना पूर्वेकडे तर एकीचा पश्चिमेकडे. मधे भिंत नावाला. माझा तर्क खरा ठरला."

-दनायतचं हे बोलणं चाललेलं असताना रुक्मिणी मोठमोठ्यांदा हसत होती.

"भावजी, तुमचा कळ लावायचा हेतू फसला आहे. मला कशाचाही खेद वाटायचा नाही, की मनात विकल्प यायचा नाही."

"नारायण, नारायण! नाव कानफाट्या पडलं की असं होतं. असो! देवी, मी आता सत्यभामेकडे जातो आहे."

"आपण व्हा पुढे! श्रीहरी तिकडे आले होते का, हे पाहायला मी पण तिकडेच येते आहे."

-सत्यभामेच्या चेहऱ्याकडे पाहूनच दनायतने काय प्रकार असावा ते जाणलं.

"फारच मनस्ताप झालेला दिसतोय."

"मनस्ताप आम्हा बायकांच्या पाचवीलाच पुजलेला असतो."

"साहेबांशी तुम्ही चांगल्याच भांडलेल्या दिसताय."

"भांडण्यासाठी तरी 'हे' घरी यायला हवेत ना?"

"म्हणजे? कृष्णराव कालपासून घरीच नाही आले? नारायण, नारायण!"

"घरी म्हणजे, ह्या घरी नाही आले."

"बरं, बरं! ह्या घरी नसतील तर थोरल्या घरी असतील. तुम्ही इंटरकॉमवरून विचारलं असेलच म्हणा."

"मी नाही वापरत कधी फोन! कनेक्शनही तोडून टाकलं काल."

"हां हां! एवढा राग बरा नाही. त्यांच्यामागं नाना व्याप! बरं, नाही आले एक रात्र इकडे, त्यात काय मोठंसं?"
"ठेवलेत नाना व्याप! गेले असतील कॅडिलॅकमधून, तिला घेऊन खंडाळ्याला किंवा लोणावळ्याला!"
"छे छे! तुम्ही फार रागावता. तुमचा हा ब्लॉक साहेबांनी मुद्दाम एअरकण्डिशण्ड करविला, फ्रीज घेतला, पण तरी तुमचा राग काही कमी नाही होत!"
दनायत हे म्हणतानासुद्धा हसला. चाणाक्ष सत्यभामेने त्याचं ते अर्थपूर्ण हास्य लगेच ओळखलं आणि ती तावातावाने म्हणाली,
"पाहा-पाहा, तुमच्या ह्या बोलण्यातही खोच आहेच."
"नारायण-नारायण! नाही म्हणजे वहिनी, त्या चतुर सारंगाची चतुराई मी जाणली म्हणून हसलो. पण तू मात्र मनात काही आणू नकोस."
"सांगा आधी काय ते!"
"मी सांगत नाही, पण एक शंका विचारतो. खोली एअरकण्डिशण्ड का करतात?"
"का म्हणजे? मुंबईच्या हवेला ती आवश्यक गोष्ट आहे."
"ते निमित्त आपलं साहेबांनी तुझ्यासारख्या भोळ्या बायकांना सांगावं. कृष्णरावांचा निव्वळ तेवढाच उद्देश असेल असं नाही मला वाटत."
"आपल्याला काय वाटतं?"
"छे छे! केवळ तर्क. माझा तर्क! मी तो सांगायचा आणि तो तर्क खरा मानून तू कृष्णाशी भांडायचं हे नाही मला पटणार. आग्रहच असेल तर सांगतो. खोली एअरकण्डिशण्ड केली की बाहेरचे आवाज ऐकू येत नाहीत."
"त्याचा काय संबंध?"
"किती तू भोळी? अगं रुक्मिणीचा ब्लॉक पलीकडेच आहे ना? तिथं साहेब काय बोलतात ते तुला कळू नये हाच हेतू."
-सत्यभामा त्वेषाने पण दुःखित स्वरात म्हणाली,
"फसले हो फसले! भावोजी, तुम्हीच मला सावध केलीत. आता येऊ दे स्वारी. पाहतेच, माझ्यासमोर आता कशी लपवालपवी करतात ते! थोरल्या बाईंची ऐट पण मला एकदा उतरवायची आहे. साधेपणाचा डौल मिरवतात. खरंच भावजी, मला असा एखादा उपाय सांगा की, स्वारी संपूर्ण माझ्या ताब्यात राहील आणि रुक्मिणीचा तोराही उतरेल. स्वारींवर मी किती प्रेम करते हे एकदा मलाही दाखवायचं आहे."
दनायत मानभावीपणाने म्हणाला,

“स्तुत्य, स्तुत्य! वहिनी, तुमचा हा विचार योग्य आहे. नवऱ्याची भक्ती व्यक्त करण्यासाठी आर्य स्त्रीने प्रयत्नशील राहणं केव्हाही उचितच आहे.”
“मग मी काय करू?”
“सत्यभामे, नवरा संकटात असताना, नवरा गरीब असतानाच बायकोची कसोटी लागते. ‘स्त्रिय: परीक्षातु निर्धने पुंसि!’-असं शास्त्रवचन आहे. तेव्हा तू कृष्णावर संकट आण. हे वैभव जर काही काळ नाहीसं झालं तर तू त्याला साथ देशील, पण रुक्मिणीदेवीचं तसं नाही. त्या ऐषारामात वाढलेल्या. आपत्काली त्यांची आपोआप कसोटी लागेल आणि तू परीक्षेत यशस्वी ठरशील.”
“पण तेवढ्यासाठी मी ह्यांनाच संकटात लोटायचं?”
“काही वेळेपुरतं!”
“मग काय करू?”
“सांगतो. तू इन्कमटॅक्स आफिसला गुपचूप फोन कर व साहेबांच्या मिळकतीची, वैभवाची ऑफिसला माहिती दे.”
“छे! प्रत्यक्ष कृष्णदेवांसारखं ज्यांचं चरित्र त्याला कोण मिळवतीचा हिशोब विचारणार?”
“कोण म्हणजे? खुद्द सरकार विचारेल. तुझे नाथ जरी कृष्ण असले तरी हे आहे रामराज्य. ह्या रामराज्यात खुद्द राम सुटणार नाहीत तिथे कृष्णाची काय कथा? समजलं?- आणि कृष्णराव हे खरे कृष्ण नव्हेत. नावाचे कृष्ण!”
“मग पुढे काय?”
“मग साहेबांची कसून चौकशी होईल, इन्स्पेक्टर मागे लागतील. अनेक वर्षांचा टॅक्स भरायचा राहिला असेल तर हे वैभव काही काळ तुम्हाला पारखं होईल. रुक्मिणीचा निभाव लागायचा नाही, पण तू मात्र श्रेष्ठ ठरशील. मग काय, तो नंदनंदन तुझ्या एकटीचाच!”
फोन करण्यासाठी सत्यभामा आनंदून धावलीच आणि ‘नारायण-नारायण’ म्हणत दनायत बाहेर पडला.
कृष्णरावांची आणि दनायतची लिफ्टजवळच गाठ पडली. कृष्णांनी हसून विचारलं,
“सर्व काही क्षेम आहे ना?”
“कृष्णा, तुझ्या राज्यात की बाहेरच्या राज्यात?”
“बाहेरच्या राज्यात! माझ्या राज्यात क्षेम असणारच. अरे पण हो, नारद, तू नुकताच माझ्या घरातून बाहेर पडला आहेस, तेव्हा माझ्या राज्यात आता सर्व क्षेम असेलच असं नाही.”

''अशीच, अशीच माझी अकारण बदनामी होते नेहमी! तूही माझी गणना त्या नारदाबरोबर करतोस. आता सांगतोच सगळं. काल रात्रभर तुम्ही घरी नव्हतात म्हणून वातावरण बिघडलं आहे. घरी काही सांगा, पण मला मात्र खरं काय तेच सांगा. काल आपण कुठं होतात?''

''खूप वर्षांनी माझी बालमैत्रीण राधा ही अमेरिकेहून इकडे आली आहे. तिच्याबरोबर मी 'नटराज' हॉटेलात गेलो. आणि ती परत अमेरिकेला जाईतो मी तिकडेच राहणार आहे.''

''अहाहा! धन्य ती राधा! राधा म्हणजे जणू प्रत्यक्ष भक्तीच! कृष्णा, तिला माझा नमस्कार सांग.''

''जरूर. पण आता माझ्या दोन्ही भार्या काय म्हणताहेत तेवढं मला सांगा.''

''ते आपण प्रत्यक्ष अनुभवाच आता.''

लिफ्टचं चोविसाव्या मजल्याचं बटण दाबता-दाबता कृष्णराव मनाशी म्हणाले, 'भार्यावन्त कृष्ण, आता धैर्यवन्त हो!'

लॅच-कीने दरवाजा उघडल्याबरोबर समोरचं दृश्य पाहून काही काळ कृष्णरावांना संमिश्र भावनांचा धक्काच बसला. रुक्मिणी आणि सत्यभामा एकत्र?

एअरकण्डिशण्ड खोलीत त्या दोघींना एकत्र पाहून कृष्णासमोर थोडा पेच उभा राहिला. त्या दोघींना स्वतंत्रपणे सांभाळणं सोप होतं, पण एकत्र सांभाळणं तितकंच कठीण होतं. आता इलाजच नव्हता!

''नाथ, काल आपण कुठं होतात? इथं नव्हतात.'' सत्यभामा.

''तिकडेही नव्हतात.''

''फोन तरी करायचात.''-सत्यभामा.

''शोफरबरोबर निरोप पाठवायचात.''-रुक्मिणी.

''समजलं तुम्हाला मोटार घेतली ते. पाहिली कालच. मी बसस्टॉपवर उभी होते. आपण गेलात मिरवीत.''

''आहाहा मिरवीत म्हणे? जणू काही वरातीत मिरवतात तशी काय मोटार सजवली होती वाटतं? तुम्हालाच मिरवायची हौस! सगळे अंगावरचे दागिने-परवाचा तन्मणी, हेअरस्टाईल सगळ्यांना दिसायला हवी म्हणून घरची गाडी असताना, मुद्दाम मिरवत बसने जाता तुम्ही. पुन्हा विचारलं की सांगायचं, गाडी किनई थोरल्या बाईंची, माझी नाही.''

''होय बरं बाई! मला मिरवायची हौस. तुम्हाला बघवत नाही ना, म्हणून दाखवते जगाला.''

-त्या दोघींची आपसात जुंपलेली पाहून कृष्णराव खूष झाले. त्या दोघींच्या संयुक्त माऱ्यापासून ते आपोआप बचावले होते. पण त्यांचं हे समाधान फार

थोडा वेळ टिकलं. सत्यभामेने त्यांचा उजवा हात धरला आणि रुक्मिणीने डावा.
"माझा पाणउतारा पाहून तुम्हाला बरं वाटतंय ना?" सत्यभामेने विचारलं.
"आधी माझ्याशी बोला."-रुक्मिणीने ठणकावलं. तेवढ्यात त्या दोघींपेक्षा आवाज चढवून कृष्णराव म्हणाले, "थांबा. मी आता कुणाशीच बोलणार नाही. रोज-रोज रुसे, त्याला कोण पुसे? राहतही नाही मीं इथं! तुमच्या त्या रोजच्या कटकटी ऐकून मीच चार दिवस जाणार हॉटेलात."
तो रुद्रावतार पाहून त्या दोघी घाबरल्या. नमतं घेत सत्यभामा म्हणाली,
"एकटेच जाणार हॉटेलात?"
"नाही! पाहुण्याची व्यवस्था करायला."
"हे काय, तुमचे पाहुणे ते आमचे पाहुणे नाहीत का?" सत्यभामा म्हणाली.
"मागं सुदामकाकांची सेवा नाही का आम्हीच केली?" रुक्मिणी म्हणाली.
"हवं तर पाहुण्यांना माझ्या ह्या एअरकण्डिशण्ड हॉलमध्ये राहू दे. थोरल्या घरी नको."
सत्यभामा रुक्मिणीला खिजवत म्हणाली.
"आता कसं सांगू?-पाहुणे म्हणजे एक स्त्री आहे."
दोघीही दचकल्या. मग पिसाळल्या. सत्यभामा चिडून म्हणाली,
"आणि त्या पाहुणीची बडदास्त तुम्ही ठेवणार? नाव तरी कळू दे त्या महामायेचं."
कृष्णराव भारावून म्हणाले, "तिचं नाव? छे, तिला नावच नाही. ती प्रत्यक्ष भाववृत्ती आहे. चांदणंही तिच्यापुढे कमी शीतल ठरेल. तिच्या केवळ स्मरणाने दशदिशा सुगंधित होतात. ती साक्षात् भक्ती आहे. ती शक्ती आहे. जिच्यापुढं आदाराने नतमस्तक व्हावं अशी ती एक देवता आहे. तिचं नाव आहे राधा!"
पण राधेच्या सात्त्विक, कोमल सहवासाचं सौख्य कृष्णरावांना जास्त लुटताच आलं नाही. कारण सत्यभामेने त्या दिवशी केलेल्या फोनने सरकार-दरबारी जोरजोरात चक्रं फिरू लागली होती. कृष्णरावांच्या गैरहजेरीत अनेक लोक घरी येऊन चौकशी करून गेले. सत्यभामेने काहीही लपवून न ठेवता सगळी माहिती हिरिरीने, फुगवून सांगितली होती.
प्रकरण पुरतं जेव्हा पेटलं, खुद्द त्या चौकशीच्या सोहळ्याने, अधिकाऱ्यांच्या दमदाटीने आणि खोलीत शिरून माहिती काढण्याच्या पद्धतीने, तेव्हा रुक्मिणी आणि सत्यभामादेखील घाबरून गेली. त्यातच भर म्हणजे रुक्मिणीने तिला हडसून-खडसून सगळा मामला विचारून घेतला आणि दनायतच्या कपटनाटकात सत्यभामा कशी पुरेपूर फसली हे तिला दाखवून दिलं. आपल्या मूर्खपणापायी कृष्णराव कचाट्यात सापडला आहे हे सत्यभामेला आता कळलं

होतं. पण पुन्हा चांगुलपणा रुक्मिणीला मिळणार होता ह्या विचारापायी ती जास्त हवालदील झाली होती. आणि ही सर्व परिस्थिती जोखून दनायतने आपला पवित्रा एकदम बदलला. जणू काही आपण सर्व जिंकलं आहे, कृष्णराव, रुक्मिणी, सत्यभामा ही आपल्या अंकित आहेत, असा भाव त्यांच्या वागण्या-बोलण्यात, बसण्या-उठण्यात व्यक्त होत होता. कृष्णराव जास्त-जास्त बिकट परिस्थितीत सापडत होता. आणि ह्याला कारणीभूत होती सत्यभामा! कृष्णराव दोन्ही घरी आता आठ-आठ दिवसांत फिरकत नव्हते. शेवटी मोठ्या मिनतवारीने सत्यभामेने दनायतला जवळजवळ पकडूनच आणलं घरी!

''भावजी, करायला गेले एक आणि झालं भलतंच! हे मला आणखीनच दुरावले.''

''छे छे! सत्यभामे, अंतर वाढलं की ओढ वाढते. विरह वाढला की मिलनाची गोडी वाढते. थोडी कळ सोस.''

''पण आता कसं व्हायचं?''

''आता कृष्णरावावर होईल फिर्याद. चौकशी-न्यायालयीन चौकशी सुरू होईल. तिथं जो काय निकाल लागेल तो.''

''म्हणजे कोर्ट आलं. वर्तमानपत्रांत रिपोर्ट येणार. म्हणजे बदनामीच की!''

''त्याला काय इलाज? हाच तो कसोटीचा काळ.''

''छे छे! हे थांबवायला पाहिजे सगळं.''

''ते आता कठीण आहे.''

''तुम्हाला काहीच कठीण नाही. तुम्ही नारदाप्रमाणेच आहात.''

''अग, मी एकटा काय करणार? त्याच्यामागे कुणीतरी हवं. पैसा हवा.''

''मी देते म्हणाल तेवढा पैसा. किती हवेत? पाच हजार? दहा हजार?''

''सत्यभामे, पाच-दहा हजारांनी काय होणार? कितीतरी अधिकाऱ्यांचे हात दाबावे लागतील. संत्र्यापासून मंत्र्यापर्यंत सर्वांची तोंडं गप्प करायची म्हणजे खायचं काम नाही. मागे जशी पुराणात कृष्णाची तुला केली होती, तशी तुलाही करावी लागेल.''

''एवढंच ना? मग कराच त्यांची तुला! माझं हे वैभव पाहा आणि पाहाच मी जिंकते की नाही. स्वारींना नाही सोडवून दाखवलं तर नाव बदलेन. सत्यभामा म्हणजे सत्यभामा!''

सत्यभामेच्या ब्लॉकमध्ये तुला उभी राहिली. रुक्मिणी, सत्यभामा, कृष्णराव, दनायत आणि इन्कमटॅक्सचे दोन ऑफिसर्स एवढ्यांसमोर कृष्णराव एका पारड्यात बसले. प्रथम रुक्मीणीने व सत्यभामेने आपल्या अंगावरचे दागिने त्यात टाकले. पण पारडं तसंच होतं. सत्यभामेला मनातून खात्री होती ती

नुसता तो फ्रीज जरी पारड्यात ठेवला तरी काम भागेल.
फ्रीज ठेवला पारडं तसूभरही हललं नाही.
मग घरातल्या एकेक वस्तू येऊन पडू लागल्या. रुक्मिणीने सगळ्या ब्लॉकच्या किल्ल्यांचा जुडगा त्यात टाकला. पण काही नाही! त्यानंतर नॅशनल सेव्हिंग्ज सर्टिफिकेट्स, फिक्स्ड डिपॉझिट्स, युनिट ट्रस्ट सर्व-सर्व टाकण्यात आलं. पण छे! शेवटी टाळी वाजवून सत्यभामा म्हणाली, ''मी आता घरखर्चातून वाचवलेले पैसे त्यात टाकते.''
मग सत्यभामेने पैशांनी, नाण्यांनी भरलेले दोन हंडे त्यात ठेवले. पण काही नाही.
दनायत म्हणाला,
''भामिनी, ते ब्लॅकचे पैसे, ते जेव्हा व्हाईट होतील तेव्हाच त्याला वजन यायचं.''
रुक्मिणी हसली, पण मनातून ती धास्तावली होती. हे असं व्हावं हेच तिला कळत नव्हतं. तेवढ्यात बेल वाजली. पाहतात तो राधा.
कृष्णरावांना हायसं वाटलं. तेही त्या सोहळ्याला कंटाळले होते. भान विसरून ते उठायला लागले. तेवढ्यात ते दोन ऑफिसर्स व दनायतने त्यांना खडसावलं.
तो प्रकार पाहून राधा दिङ्मूढ झाली. सत्यभामा फुरंगटून बाजूला उभी होती. पण आपल्याला आता केवळ राधाच वाचवू शकेल हे रुक्मिणीने जाणलं होतं. राधेच्या जवळ जात रुक्मिणी म्हणाली,
''राधाबाई, कृष्णरावांचं पारडं वर येतच नाही.''
इकडे ते लालचावलेले दोन ऑफिसर मात्र खूष दिसत होते. राधा हळूच हसली व रुक्मिणीला म्हणाली, ''रुक्मिणी, अग तूही या नाटकाला फसलीस? या सगळ्या बाह्य, क्षणभंगुर ऐहिक सोहळ्यावर भाळलीस? तुलाही निद्रा आली का? अग, कृष्णराव हा मूर्ती असेल तर तू साक्षात् शक्ती आहेस त्याची! शक्ती ही नेहमी जागृत हवी. शक्ती जर मायेने वेढली गेली तर जगाचं कसं व्हायचं? डोळे मिटून ध्यान कर. अंतरात्म्यात दडून बसलेल्या त्या कृष्णाला हाक दे. तुझ्याजवळच आहे तो आणि मग कृष्णरावांनी प्रेमाने दिलेली एक लहानशी वस्तू आठव. त्यानेही काम होईल.''
रुक्मिणी धावतच गेली आणि दोन मिनिटांतच परतली. तिच्या हातात एक छोटंसं हस्तिदंती गुलाबाचं फूल होतं. ते फूल पाहताच राधा म्हणाली, ''हीच, हीच ती दिव्य प्रेमाची खूण. तुला आठवतं का रुक्मिणी, कॉलेजच्या गॅदरिंगमध्ये कृष्णरावांनी तुला जेव्हा प्रथम पाहिलं त्यावेळी त्यांची काय

अवस्था झाली होती ते?

-तुला योग्य ती प्रेमवस्तू देता यावी म्हणून मी आणि कृष्णराव त्या दिवशी क्रॉफर्ड मार्केटपासून कुलाब्यापर्यंत चालत-चालत गेलो होतो. पण मनासारखं काही मिळेचना.

शेवटी कुलाब्याहून पुन्हा परतलो. तुला देण्यासाठी मला एखादी गोष्ट आवडली तर ती त्यांना आवडायची नाही आणि त्यांना बरी वाटलेली मला योग्य वाटायची नाही. शेवटी खादी ग्रामोद्योगमध्ये हे हस्तिदंती गुलाबाचं फूल मिळालं. त्यातला अत्तराचा वास कधीही जायचा नाही असं सेल्समनने सांगितलं.''

रुक्मिणीने चटकन् सगळं आठवून त्यातला तो अत्तराचा फाया बाहेर काढला मात्र, सर्वत्र घमघमाट पसरला. एवढ्या वर्षांनंतरही त्यातला वास तसाच होता. रुक्मिणीने राधेला विचारलं, 'ह्या एवढ्याशा फुलाने काय होणार?''

राधा म्हणाली, ''हां हां-असं म्हणू नकोस. जी दिव्य प्रेमाची, नि:स्वार्थी प्रेमाची खूण असते त्यात वस्तूला महत्त्व नसतं. हे जरी कलियुग असलं तरी प्रेम, माया, श्रद्धा, सत्प्रवृत्ती, त्यांची मूल्यं तीच उरली आहेत. हे हस्तिदंती गुलाबाचं फूल तुला सामान्य वाटतंय, पण त्याची बरोबरी त्या 'तुळशीच्या पानां'बरोबर आहे असं समज. तुला पडताळा पाहायचा असेल तर हे फूल तू त्या अधिकाऱ्यांना दाखव नुसतं.''

रुक्मिणीला ते पटलं. ती पुढे होत म्हणाली, ''आता माझ्याजवळ काहीही उरलेलं नाही. हे एक शेवटचं फूल आहे, तेवढीच शेवटची मौल्यवान वस्तू मी देते.''

रुक्मिणीच्या हातातलं ते फूल पाहताच ते दोन ऑफिसर्स पुढे सरसावले. त्यांतला एकजण म्हणाला, ''बस-बस वहिनी! त्याच एका वस्तूची आम्ही एवढा वेळ वाट पाहिली. सत्यभामाबाई, तो टेपरेकॉर्डर, रेकॉर्ड प्लेअर, फ्रीज सगळं परत न्या आत. आम्हाला एवढं पुरेसं आहे. एवढं एकच हे हस्तिदंती फूल आम्ही नेतो आणि कृष्णरावांना सोडून देतो.''

सत्यभामा आनंदून गेली, पण रुक्मिणीचा चेहरा उतरला. ती म्हणाली, ''राधा, अख्खी संपत्ती गेली असती तरी चाललं असतं, पण माझी ती शुद्ध प्रेमाची खूण, ते फूल जायला नको होतं. पण आता काही इलाज नाही. आजवर कृष्णरावांच्या प्रेमावरच मला प्रतिक्षणी आनंद लाभत होता. तेव्हा त्यांनी दिलेल्या त्या प्रेमभेटीने जसं मला आजवर तारलं त्याच भेटीने त्यांनाही आज बंधमुक्त केलं. दनायतभाऊजी, त्या अधिकाऱ्याला द्या हे फूल आणि त्यांना सांगा की, या वस्तूची विटंबना कधी होऊ देऊ नका. लोकांच्यावर प्रेम

करा, त्यांच्या पैशावर डोळा ठेवू नका.''

इकडे सत्यभामा मात्र अवाक् झाली होती. ती तो प्रकार पाहत राहिली.
रुक्मिणीने ते फूल पारड्यात टाकलं आणि काय आश्चर्य? जसं पुराणकाळी
घडलं तसंच नवल! कृष्णरावांचं पारडं वर गेलं. मग मात्र सत्यभामेला शंका
आली. सरकारी नोकर आणि संधी मिळूनही, धोका नसताना पैसा खात नाही
याचा अर्थ काय? शुद्ध प्रेम वगैरे परित्र भावना ही माणसं कधीपासून मानायला
लागली?

सत्यभामा मग दनायतला म्हणाली,

''भावजी, काहीतरी भानगड आहे. हे दोघं कोण आहेत? हे कशावरून
इन्कमटॅक्स ऑफिसर्स आहेत? त्यांचं आयडेन्टीफिकेशन दाखवा बरं!''

त्यावर दनायत हसून म्हणाला,

''वहिनी, हुशार आहात तुम्ही! हे सगळं खोटं आहे. असं घडलेलंच नाही.
तुम्हाला खरं प्रेम म्हणजे कसं असतं हे दाखवण्यासाठी हे नाटक केलं होतं
आम्ही. आता मीही खऱ्याखुऱ्या नारदाप्रमाणे संदेश देतो की, ऐहिक सुखोपभोग
असतानाही 'श्रीचं' अधिष्ठान हवं, हाच तो मूलमंत्र. नारायण... नारायण...!''

★

तरी सांगत होते

"दीनानाथ हिअर."
"तू एक हरामखोर माणूस आहेस."
"ॲक्सेप्टेड."
"पशू आहेस."
"गो अहेड."
"असशील तसा निघून ये."
गाऊन सारखा करीत दीनानाथ सावरून बसला. पटेल आत खूप वेळ फोनवर खाणार हे त्याने ओळखलं. शेजारची खुर्ची दीनानाथने ओढून घेतली.
बाहेर येत तेजलने विचारलं,
"कुणाचा फोन?"
माउथपीसवर हात ठेवीत दीनानाथने सांगितलं,
"पटेलचा."
तोपर्यंत अधीर होत पटेल ओरडला,
"ये ना साल्या!"
दीनानाथने विचारलं,
"तू किती हजार फुटांवरून बोलतोयस?"
"तुला काय वाटतं?"
"तीन शिव्या दिल्यास, त्यावरून..."
"एकदम बरोबर. हा आता चौथा राऊंड आहे."
"आता सगळ्या शिव्या तुला वापस करू का?-एवढ्या उशिरा मला बोलवतोस?"
"जे काय म्हणायचं ते इथं येऊन म्हण."
"सॉरी, बॉस! इट इज टू लेट. शोफर पण मघाशीच गेला."
"नो प्रॉब्लेम, मी गाडी पाठवतो."
"तरी सॉरी!"

"बट आय वॉण्ट यू व्हेरी बॅडली."
"दॅट टू, आफ्टर थ्री पेग्ज..."
"इथं येऊन जोडा मार."
"तो तर खावाच लागणार आहे, पण मी दिल्लीला जाऊन आल्यावर."
"नो-नो, मला तू ह्या क्षणी हवा आहेस."
-पटेल ऐकत नाही म्हटल्यावर दीनानाथ म्हणाला,
"तू एखाद्या पोरासारखा..."
"मी आज मुद्दाम इम्पोर्टेड बाटली फोडलीय."
"ह्यात नवीन काय?"
पटेल ओरडला,
"येतो की नाही?"
"तुला मी इतका हवासा वाटतोय तर एक पेग टेलिफोनमध्ये ओत."
दीनानाथचं एवढं वाक्य संपतं न संपतं तोच टेलिफोन बंद झाला.
"सिम्पली मॅड! असं म्हणत दीनानाथने आता पटेलचा नंबर फिरवायला सुरुवात केली. पण तीन आकडे फिरवून होताच, तेजलने दीनानाथचा हात धरला.
"कशाला फोन करताय?"
"मी केला नाही, तर त्याचा येणारच. त्यापेक्षा मी करतो, म्हणजे झोपायला बरं!"
तेजलला पटलं. तिने दीनानाथचा हात सोडला. दीनानाथ पुन्हा नंबर फिरवायला लागला. पण पटेलचा फोन एंगेज्ड होता.
"मी म्हटलं नाही, तो मलाच फोन करत असणार."
तेजल म्हणाली,
"तुम्ही पडा पाहू! फोन आला तरी तो आता मी घेईन आणि सांगेन..."
"दीनानाथ कॅनॉट कम्!-असंच ना?"
"ऑफकोर्स!"
"तुझ्याकडून नकार गेला म्हणजे केवळ तुला चिडवायचं म्हणून तो गाडी पाठवील."
"मी गाडीही परत पाठवीन."
पण दीनानाथचे नंतरचे सगळे अंदाज चुकले. पटेलचा फोन आलाच नाही. पण तो येणार ह्या रास्त शंकेपायी त्या दोघांना पटकन् झोपही येईना. जरा गादीला पाठ टेकवल्याबरोबर फोन दैत्यासारखा किंचाळणार होता.
दहा मिनिटं वाट पाहून दीनानाथ म्हणाला,

''पाह्यलंस, हे असं इरेस पडलेलं मला आवडत नाही. त्यापेक्षा आपण फोन केलेला बरा. तो सैतान तसा गप्प बसायचा नाही.''
''करा!''
दीनानाथने तीन-चार वेळा नंबर फिरवला पण 'एंगेज्ड' शिवाय दुसरा आवाज त्या प्रामाणिक यंत्राने दिला नाही.

ब्रेकफास्टच्या वेळी दीनानाथ म्हणाला,
''काल कधी झोप लागली समजलं नाही.''
''मी खूप वेळ जागी होते.''
''नवल आहे.''
''नवल कसलं?''
''तू खूप वेळ जागी होतीस, हेच नवल. उद्या जर मला कुणी सांगितलं चंद्रशेखरने सेंच्युरी काढली, तीही वेस्ट इंडिजविरुद्ध-तर मी त्याच्यावरही विश्वास ठेवीन. पण तू जागी राहू शकतेस...''
''तुमचा पटेलच त्याला जबाबदार आहे.''
''फोन आला होता?''
''नाही. नुसतंच जागरण झालं.''

दीनानाथला आज बरीच कामं होती. शोफरची मुलगी आजारी आहे हे कालच समजलं होतं. त्यामुळे तो आज येईल की नाही ह्याची शाश्वती नव्हती. पुष्करला टॅक्सीने शाळेत जाता आलं असतं. प्रश्न होता ऑफिसचा. मुंबईत स्वत: गाडी चालवायची ही दीनानाथला प्रचंड शिक्षा वाटायची. आणि त्याहीपेक्षा जुहूपासून नरीमन पॉइंटपर्यंतच्या प्रवासात 'टाइम्स' वाचून संपवायचा हा दीनानाथचा ठरलेला दिनक्रम. 'तेवढा एकच वेळ आपल्या मालकीचा'- असं दीनानाथ नेहमी म्हणत असे. आज शोफरची भूमिका करायची वेळ आली तर 'टाइम्स' राहणार हे नक्की. नुसतं ऑफिसपर्यंत ड्रायव्हिंग केल्याने भागणार नव्हतं. आज सचिवालयात जायचं होतं. तिथल्या मीटिंगनंतर रोटरीची एक मीटिंग होती. मंत्रीमहाशयांनी फॅक्टरीला येण्याची तयारी दर्शवली तर आणखीनच पळापळ होणार होती. हा सगळा विचार करीत करीत, शोफरची येण्याची वेळ टळल्यावर, दीनानाथ गाडीत येऊन बसला.

चौथं पत्र सांगून झाल्यावर दीनानाथने स्टेनोला विचारलं,
''कंटाळलात का?''

आगरकर पटकन् म्हणाला, ''नो सर.''
''दमलो म्हणालात तरी आज सुटका नाही. नंतर आठ दिवस मी तुम्हाला छळणार नाही.''
''आय डोण्ट माईड सर, फक्त टाईप कधी करू तेवढं सांगा.''
''संध्याकाळी सगळी पत्रं सही करायला घरी पाठवा, म्हणजे तुम्हाला संपूर्ण दिवस टायपिंगला मिळेल.''
''ऑलराईट.''
''आत मे अँड बेकरला लिहा.''
तेवढ्यात फोन वाजला.
''सर, पटेल ऑन लाईन.''
ऑपरेटरने हे सांगताच दीनानाथ सावरून बसला.
''बोलो हे चक्रधारी-''पटेलचा नेहमीचा आवाज कानात घुमला.
''जमिनीवर आलात का?''
''अजून नाही. हँग...''
''नवल आहे. तुला आणि हँगओव्हर...''
''बाबा रे, मला कधी 'किक्' पण बसत नाही. काल ज्याप्रमाणे किक् बसली त्याप्रमाणे आज हँगओव्हर...''
पटेल हसत म्हणाला.
''माझा दोन्हींवर विश्वास नाही. काल फोन करायचा मी प्रयत्न केला पण इट वॉज कंटिन्युसली एंगेज्ड.''
दीनानाथ तक्रार नोंदवली, पण पटेल लगेच म्हणाला,
''इट् वॉज डेड.''
''असं?''
''इट् इज स्टिल डेड.''
''नवल आहे.''
''फोनमध्ये एक पेग वॅट सिक्स्टीनाईन ओतल्यावर फोनचं दुसरं काय होणार?''
-आपण ऑफिसात आहोत, आपला बारा लाखांचा टर्नओव्हर असून समोर आपला स्टेनो बसलाय ह्याचा विसर पडून दीनानाथ मोठ्यांदा हसत किंचाळला,
''सांगतोस काय?''
''मग? किक् बसली ह्याचा अर्थ काय? तू एक पेग ओत म्हणालास, मी ओतला. फोन डेड तेव्हापासून. बरं ते राहू दे. भेटणार केव्हा?''
''दिल्लीहून आल्यावर.''

"तिकडे काय आहे?"

"इम्पोर्ट लायसेन्स..."

"अजून लफडं मिटलं नाही का?"

"नाही ना!"

दीनानाथने फोन खाली ठेवल्याबरोबर स्टेनोने विचारलं,

"पटेल का?"

"हो, पटेलच."

आणि नंतर दीनानाथने काल घडलेला सगळा किस्सा सुनावला. पटेलनने टेलिफोनमध्ये व्हिस्की ओतली, इथपर्यंत सबकुछ सांगितलं.

आगरकर क्षणभर विचारात पडला.

"काय झालं?" दीनानाथने विचारलं.

"सर, ह्या अमेरिकन लोकांचा काही भरवसा नाही."

"कशाबद्दल?"

"टेलिफोनमधून देवाणघेवाण करता येईल, असा एखादा शोध एव्हाना तिकडे लागलाही असेल."

दीनानाथने विचारलं,

"काल तुम्हीही एखाद्या पार्टीला गेलेले दिसताय."

"कोण म्हणतं?"

"हँगओव्हर राह्यलाय म्हणून मीच म्हणतो."

दीनानाथच्या बोलण्यातली खोच लक्षात येऊन आगरकर म्हणाला,

"सर, खरंच सांगतो फार चॅम्पियन लोक आहेत. एक गंमत करायची का?"

"कसली?"

"जनरल मॅनेजर, टेलिफोन्सला पत्र टाकतो."

"कशाला?"

"असलं एखादं मॉडेल असलंच तर पहिला कस्टमर मी, असं तुमच्या वतीने कळवतो." कल्पना आवडूनही दीनानाथ स्वर चढवीत म्हणाला,

"डिक्टेशन अपुरं वाटत असेल, तर आणखी तीन फाइल्स उरल्या आहेत. सांगू मजकूर?"

खुर्ची सरकवीत आगरकर पटकन् केबिनच्या बाहेर पडला.

सगळी कामं हातावेगळी करून दीनानाथ घरी आला तेव्हा रात्रीचे साडेआठ वाजले होते. एका डिनर-पार्टीचं आमंत्रण त्याने शिताफीने टाळलं होतं. सकाळी दिल्लीची फ्लाईट होती. नेहमीचाच वारकरी म्हणून कस्टम्सचा

ससेमिरा एरवी नसतो. पण कुठलं तरी बोईंग नुकतंच कोसळल्यामुळे एअरपोर्ट पुन्हा जागं झालं होतं. घातपात सिद्ध व्हायचा होता, पण चाचणी कडक झाली होती.

थोडक्यात, पहाटे लवकर उठणं आलं. आता फक्त वॉश घेणं, एखादा पेग, तेजलशी गप्पा, पुष्करला एखादी टारझनची गोष्ट, घरपोच आलेल्या फायलींवर सह्या आणि मग, जनगणमन!

सह्या करता-करता दीनानाथ थबकला. तेजलचं लक्ष होतंच. तिने लगेच विचारलं, ''काय झालं?''

टेलिफोन कंपनीला आगरकरने आपण होऊन लिहिलेलं पत्र दीनानाथने तेजलला दाखवलं आणि दुपारचा संवादही ऐकवला.

''मजाच होईल तसं घडलं तर! करा की सही!''

''सही करा काय! तो आगरकर येडपट आणि तू सात येडपट. असं कधी घडेल का?''

''आणि तसा शोध लागला तर?''

''मग बघू!''

''सही करायला काय हरकत आहे? क्लेम...''

''झोप आता.''

''सही करा, मग झोपते.''

गंमत म्हणून दीनानाथने सही केली खरी, पण सकाळी एअरपोर्टवर जाण्यापूर्वी, टेलिफोनचं पत्र त्याने तेजलला फाडून टाकायला सांगितलं.

सहाच महिन्यांनी दीनानाथला धक्का बसला.

हे असं खरोखर घडू शकतं?-तेही भारतात?

खरोखरच असा फोन अस्तित्वात जर येऊ शकतो तर मग जगात काहीही घडू शकेल.

मग पऱ्या खऱ्या असतील?

कामधेनू पण असू शकेल?

द्रौपदीची थाळी?

परीस?

असेल, हे सगळं असेल, खरं असेल. अस्तित्वात येऊ शकेल.

आगरकर तर पुरता चक्रावून गेला. पत्र आपण लिहिलं आणि त्याला केराची टोपली दाखवली गेली नाही. काय करावं आणि काय करू नये, अशी त्याची अवस्था झाली. दीनानाथकडून बातमी समजली त्याच दिवशी संध्याकाळी त्याने कर्तव्यबुद्धीने आठवण दिली,

"सर, टेलिफोन भवनला जायचंय ना?"

"जायचंय, पण तेजलने ताकीद दिली आहे की ज्या दिवशी मी ते नवं मॉडेल पाहायला जाईन, त्या दिवशी एकट्याने जायचं नाही. शी वॉन्ट्स टू जॉईन मी."

आगरकर म्हणाला, "वा! हे काय सांगायला हवं?"

मॉडेल अप्रतिम होतं. त्याची रचनाही खास होती.

कोणतंही पेय एक ग्लास मावेल अशी त्याला सोय होती. हवी ती वस्तू आल्यावर टेलिफोनचा तो भाग स्वतंत्र करण्याचीही व्यवस्था होती.

स्वत: मॅनेजर जातीने हजर राहून दीनानाथला हवी ती माहिती समजावून सांगत होते. त्यानंतर एक प्रात्यक्षिक दाखवण्यात आलं. टेलिफोन भवनच्या वरच्या मजल्यावरून एक ग्लास थंड पाणी बर्फाच्या खड्यासहित पाठवण्यात आलं. तेजलने टेलिफोन हातात घेतला. पंधरा सेकंदात पाणी आणि बर्फ दोन्ही गोष्टी टेलिफोनमध्ये आल्याबरोबर आगरकर, दीनानाथ आणि तेजल बर्फाच्या खड्यासारखे थिजून गेले.

पैशाला कमतरता नव्हती. ते कुठे आणि कसे खर्च करावेत हेच कळत नव्हतं. जास्तीच्या पैशाचं काय करायचं?-हा प्रश्न हमखास सोडवणाऱ्या महालक्ष्मीचं वेड दीनानाथला नव्हतं. मदिरा, मदिराक्षीपैकी माफक वेड फक्त मदिरेचं! त्यामुळे महालक्ष्मीपेक्षाही झपाट्याने खिसा हलका करणाऱ्या मदिराक्षीचा मार्गही दीनानाथपुरता बंद होता.

नव्या टेलिफोनच्या निमित्ताने बराचसा पैसा संपणार होता.

टेलिफोनमध्ये नावीन्य होतं.

थ्रिल तर होतंच होतं!

घरातल्या प्रत्येक व्यक्तीच्या, शिवाय आल्या-गेल्याच्या आयुष्यात ह्या वस्तूने आनंद निर्माण होणार होता.

-आणि

हा टेलिफोन दीनानाथचं स्टेटसही वाढवणार होता.

टेलिफोनचं आगमन ज्या दिवशी होणार होतं, त्या दिवशी दीनानाथचं घर बड्या पण मोजक्या पाहुण्यांनी गजबजून गेलं होतं. रातोरात षट्कर्णी गोष्ट होईल,

अशी मान्यवर जोडपी बोलावण्यात आली होती. जाहिरातीबरोबरच कौतुक, असा दुहेरी हिशोब साधण्यात आला होता.
कौतुकाला थोडी हेव्याची किनार असल्याशिवाय त्याला खरी खुमारी येत नाही.
एका ठरावीक मुहूर्तावर 'ओबेराय'ला फोन जोडण्यात आला.
सगळ्यांच्या नजरा खिळून राह्यल्या. श्वास थांबले. प्रत्येकाला स्वत:चे हार्टबिट्स ऐकू येतील एवढी शांतता पसरली. काहींना मनापासून कुतूहल होतं तर काहींना हा सगळा प्रयोग फसला, तर तेच हवं होतं. पण तसं होणार नव्हतं.
विशिष्ट तऱ्हेचा आवाज होत टेलिफोनला जोडलेला पेला जिन् कॉर्डियलने भरला आणि पाठोपाठ लालचुटूक चेरी आणि बर्फाचे दोन खडे, पाण्याचे बुडबुडे तळातून वर यावेत तसे वर आले आणि पृष्ठभागावर तरंगू लागले.
टाळ्यांच्या कडकडाटाने हॉल दुमदुमून गेला. त्या टाळ्या, त्या कौतुकाच्या नजरांनी, हा टेलिफोन त्याच्या स्वतंत्र केबिनसहित बसवताना जो पंचावन्न हजारांचा खर्च आला, तो सार्थकी लागल्याचं जाहीर केलं.
फोटे निघाले.
फोनला नजर लागू नये म्हणून अक्षरश: त्याची दृष्ट काढण्यात आली.

तीन महिन्यांनी टेलिफोनच्या बिलाचा आकडा, चार हजार तीनशे एकाहत्तर एवढा पाहून दीनानाथ म्हणाला,
"तेजल, पाह्यलंस ना बिल?"
प्रेमाने जवळ येत ती म्हणाली,
"पुढच्या वेळेला नाही यायचं इतकं! पहिल्या-पहिल्यांदा नावीन्य होतं. गेस्ट किती आले तुम्हाला माहीत आहे?"
"म्हणून एवढं बिल? काय-काय मागवलं?"
तेजल म्हणाली,
"ड्रिंक्स कधीच मागवली नाहीत. येऊन-जाऊन कोल्ड कॉफी नाहीतर लस्सी! घरी येणाऱ्या पाहुण्यांना केलेल्या फ्रूट सॅलडपेक्षा टेलिफोनवरचा लिम्काच जास्त आवडत होता, त्याला काय करणार?"
त्याला दीनानाथही काही करू शकत नव्हता. लोकप्रियतेचीही भरमसाट किंमत मोजावी लागते, हे त्याला नव्याने समजलं.

दीनानाथच्या घरातला फोन, ही कालांतराने किंवा अतिपरिचयाने जुनी होणारी वस्तू नव्हती. त्यामुळे नंतर नंतर बिलं कमी येतील, असा तेजलचा अंदाज होता तो खोटा ठरला. त्याप्रमाणे जे इतर टेलिफोन्सचं होत असे तसंच ह्याही

टेलिफोनचं व्हायला लागलं. तो बंद पडणं, फक्त बोललेलं ऐकू येणं, आपला आवाज पल्याड न पोचणं, तर कधी आपलं बोलणं पैलतीराला पोचून त्याचं इकडे न येणं ह्या सगळ्या करामती हा फोनही करायला लागला. कधीकधी दुसऱ्या दोघांचाच एकमेकांतला संवाद ऐकू येणं- ह्या व्हरायटीपासूनही हा टेलिफोन दूर नव्हता. म्हणूनच एकदा क्रॉस कनेक्शन होऊन, तेजलला लस्सी हवी असताना वारंवर कॉफी येत राह्यली. पण ह्या सर्वांपेक्षा प्रचंड धक्का हा टेलिफोन देईल हे दीनानाथच्या आणि तेजलच्या ध्यानी-मनी-स्वप्नी आणि फोनीही नव्हतं.

वेळ दुपारची. दीनानाथ ऑफिसात आणि तेजल घरी. मीटिंग्जच्या तडाख्यातून दीनानाथ एवढ्यात रिकामा झालेला. तासाभरात त्याला मुंबई सोडायची होती. डेक्कनने पुणे. तिथून बंगलोरला मोटारने. बंगलोरहून मग गावोगावी दौरे. दिल्ली, कलकत्ता, मद्रास... आयुष्याचा वीट येईतो काम, काम आणि काम! खरंच पण एवढं काम?

टॉलस्टॉयने जो प्रश्न जमिनीच्या बाबतीत विचारला होता तो दीनानाथला कामाच्या बाबतीत विचारावा असं वाटू लागलं. माणसाला केवढ्या कामाची गरज असते? बरं, जिच्यासाठी ही पळापळ करायची ती तेजलच ह्या कामापायी महिनो न् महिने दुरावली, तर फायदा काय?

तेजल, तेजल!

दिसली, आवडली, भेटली आणि कायमची झाली.

थँक्स टू गुरुदत्त!

सहसा सिनेमा न पाहणारे आपण! अपवाद गुरुदत्तचा!

'कागज के फूल' चित्रपट. आपण गेलो. मध्यंतर झालं आणि उत्तरार्धातनं मन उडावं अशी एक अप्सरा पलीकडच्या रांगेत. पिक्चर सुटलं. तीच अप्सरा आता बसच्या रांगेत. आपलं धाडस झालं नाही. रांगेसमोर सेकंदभर गाडी थांबवून आपण पुढे गेलो. 'ही' पहिली भेट.

त्याच आठवड्यात आपण दुसऱ्यांदा 'कागज के फूल'ला गेलो.

नवल म्हणजे तीही आलेली. तरी जीभ धजावली नाही.

तिसऱ्यांदा पुन्हा तोच चित्रपट. दहा दिवसांच्या अंतराने. तीही ह्याच चित्रपटाने झपाटलेली. दोघांना झपाटणाऱ्या संवेदना एकाच जातीच्या आहेत म्हटल्यावर धाडस करायचं ठरवलं.

ती 'हो' म्हणाली, आपण लिफ्ट दिली.

आता ढग भरून आले की गुरुदत्तच्या पाठोपाठ तेजल आठवते. बेचैनीने

झपाटून जात दीनानाथने फोन फिरवला.
''तेजल...''
''बोला गुरुदत्त!''
ह्या नावाने हाक कधी येत असे ह्याचे संकेत पण ठरलेले होते. जास्त फुलत दीनानाथने विचारलं,
''का, अशी का हाक मारलीस?''
''बाहेर ढग...''
''अग म्हणूनच फोन केला.''
''तुमची एअरकण्डिशण्ड खोली. तुम्हाला कशाला ढग दिसतील?''
''डिअर, एअरकण्डिशनिंग बंद आहे, खिडक्या उघड्या आहेत. टेरिफिक आठवण.''
''मी ओळखलं ते!''
''नुसतं ओळखून काय उपयोग?''
''मग आता काय करू? तुम्ही तिथं मी इथं.''
''म्हणजे काय, दोन धृवांवर आहोत काय?- ते काही नाही, आत्ताच्या आत्ता ये.''
''आणि काय करू?''
''काय करू म्हणजे...''
''तेच म्हटलं, तुम्हाला कामापुढं तेजल हवी आहे का?''
''बछड्या! तुझ्यासाठीच नाही का सगळं?''
''मग आता मीच सांगते, मला तू खूप-खूप दिलं आहेस, आता आहे हे खूप आहे. आता तू हवास. सोडतोस सगळे व्याप?''
''काय?का सोडू?''
''आजचा दौरा कॅन्सल कर.''
''आणि घरी येऊ?''
''ये.''
''तसंच वाटतंय. एकमेकांना गच्च मिठी मारून पडून राहू.''
''कबूल.''
''पुष्करसाठीसुद्धा लांब जायचं नाही.''
''फक्त तेवढाच अपवाद...''
''नो! प्रथम तू मिसेस् दीनानाथ आहेस. नंतर आई! ओ.के.?''
''येस!''
''मग टॅक्सी कर आणि निघून ये. तुझ्या स्पर्शासाठी मी आत्ता पागल झालोय.''

"दीना..."
"काही बोलू नकोस. आता सहन होणार नाही."
"फक्त महिनाभर थांब."
"दौराच तीन महिन्यांचा. महिनाभर थांबून काय होणार?"
"मी तुम्हाला बंगलोरला जॉईन होते."
"म्हणजे दीड महिन्यांनी..."
"तेच!"
"प्रॉमिस?"
"प्रॉमिस!"
"पुष्करला आणायचं नाही."
"एकटी येईन."

'हा दिवस आता उगवणारच नाही' असं स्वत:शी, उगीचच निराश झालेला दीनानाथ वारंवार म्हणत होता. पण आत्ता एअरपोर्टवर तेजलची वाट पाहताना त्याच्या मनात हेही येत होतं, दिवस कधी थांबत नाही. म्हणूनच हवा असलेला दिवस हा असा उगवतो. काळ हा माणसाचा शत्रू नव्हे. तो सर्वात जवळचा मित्र आहे. मुख्य म्हणजे तो गतिमान असल्याने नित्य टवटवीत, ताजा असतो. एखाद्याच दिवसाची तो तुम्हाला वाट पाहायला लावतो ते तुमचा अंत पाहायचा म्हणून नव्हे, तर त्या दिवसाला तुम्ही कडकडून, तीव्रतेने भिडावं म्हणून!
जेवढी प्रतीक्षा मोठी, तेवढाच पूर्तीचा क्षण ज्वलंत, ताजा, उत्कट!
त्याच उत्कटतेने तेजल दीनानाथच्या मिठीत आली.
"किती थांबायला लावलंस?" दीनानाथ तेजलला घुसळत म्हणाला.
"मी पण नाही का थांबले?"
आता दीनानाथ थांबायला तयार नव्हता. त्याने आवेगाने तेजलला वेढून टाकलं.
थोडं दूर होत तेजल म्हणाली,
"गुरू, जपायला हवं."
गुरुदत्तने त्यांचं मिलन घडवून आणलं होतं, म्हणून एका खास भावनावेगाची ती खूण होती.
"गुरू म्हणालीस मग जपायचं कशाला?"
थोडा वेळ थांबत, सांगावं कसं ह्याचा विचार करीत तेजल म्हणाली,
"तसं होणार नाही. पण गुरू, माझा पिरियड चुकलाय."
"शेंड्या लावतेस? मी मुंबईत होतोच कुठे?"
"ते मला माहीत नाही का? पण गुरू, आठवतं का? दीड महिन्यापूर्वी,

पुण्याला जायच्या आधी, ढग आले, आणि फोनवर..."
"काय बोलतेस?" दीनानाथ किंचाळलाच.
तेजल म्हणाली,
"तरी सांगत होते..."

★

त्याची भूमिका

नाटकाचं वाचन संपून घरी परतायला चंद्रकांतला रात्रीचा एक वाजला.
घरातल्या मंडळींनी त्याची गादी बाहेर गॅलरीत घालून ठेवली होती. लॅच कीने
आवाज न करता चंद्रकांतने दरवाजा उघडला. कपडे बदलले आणि दरवाजा
बंद करून घेऊन तो गादीवर आडवा झाला.

नाटक परिणामकारक वाटलं होतं. चंद्रकांत त्यात नायकाची-विद्याधरची भूमिका
करणार होता. विद्याधरच्या व्यक्तिमत्त्वाच्या दर्शनाने, नाटककाराच्या प्रतिभेने
चंद्रकांत भारावला होता. विद्याधरची भूमिका वठवताना त्याच्या अभिनयाचा कस
लागणार होता. आता रक्ताच्या थेंबाथेंबाचं पाणी होणार होतं. जागरणं तर
विचारूच नका. घरची व्यवस्थाही बिघडणारच. आणि मग मंगला केव्हातरी
चिडणार. नाटकाची तीही षौकिन. पण आपली धावपळ पाहून तिला राग
येणार! चंद्रकांत मग पिसाळणार होता. हिरिरीने तालीम करणार होता. आणि
मग विद्याधरच्या भूमिकेत एक नवा आविष्कार प्रेक्षकांना दिसणार होता!
विद्याधरच्या गरीब स्वभावाचा प्रत्येकजण फायदा घेतो. सभोवती जमलेले लोक
आपला गैरफायदा घेतात ह्याचा विद्याधरला हळूहळू उलगडा होत जातो. आणि
शेवटच्या अंकापर्यंत गरीब स्वभावाचा लाजाळू विद्याधर बेफाम बनतो, अशा
तऱ्हेच्या स्वभावाचं चित्रण चंद्रकांतला करायचं होतं. काय केलं असता
भूमिकेचं बदलणारं स्वरूप यथार्थपणे दर्शविता येईल ह्याचा चंद्रकांत विचार
करीत होता. तेवढ्यात जिन्यावर कुणाची तरी पावलं वाजली. गादीवर अर्धवट
उठून बसत चंद्रकांत जिन्याकडे पाहू लागला. साधारण मध्यमवयीन, चांगल्या
शरीरयष्टीचा एक गृहस्थ. त्या चाळीत राहणारा नव्हता आणि नेहमीच्या
पाहण्यातलाही वाटत नव्हता. एवढ्या अपरात्री त्या गृहस्थाला पाहून
चंद्रकांतला नवल वाटायला हवं होतं. पण स्वतःच्या भूमिकेचा विचार
करण्यात मग्न असलेल्या चंद्रकांतला प्रथम जर काही वाटलं असेल तर हेच
की तिसऱ्या अंकात विद्याधर जेव्हा प्रवेश करतो तेव्हा चालण्यात असंच वजन
ठेवायला हवं!

तो नवागत सरळ चंद्रकांतजवळ आला. आता मात्र चंद्रकांत सरळ उठून बसला. थोडासा घाबरलाही. पण त्याच वेळी त्या अंधुक प्रकाशात त्या व्यक्तीचा धीरगंभीर चेहरा पाहून चंद्रकांतने स्वत:ला सावरलंही लवकर!
"कोण पाहिजे?" चंद्रकांतने विचारलं.
"तूच!" ती व्यक्ती शांतपणे म्हणाली. एक अनोळखी गृहस्थ रात्री एक वाजण्याच्या सुमारास एकेरी नावाने संबोधून म्हणतो, 'तूच!' सगळंच अघटित-आश्चर्यात टाकणारं होतं. तथापि मामला भिण्यासारखा नाही ह्याची पण चंद्रकांतला खात्री वाटली.
"आपलं नाव?"
"विद्याधर."
"माफ करा, मी तुम्हाला ओळखलं नाही. पूर्वी आपली गाठ पडल्याचंही आठवत नाही. विद्याधर म्हणता तुम्ही, विद्याधर कोण?"
"तू मला ओळखलं नाहीस हीच काहीशी भीतीची गोष्ट आहे. तुला वास्तविक माझी ओळख इतरांपेक्षा पटकन् पटायला हवी. माझी ओळख पटली नाही तर तू माझी भूमिका वठवणार तरी कशी?"
बोलण्याचा सूर भारदस्त होता. पद्धत मात्र चमत्कारिक होती. संवाद कोड्यात टाकण्यासारखे वाटत होते. पण आवाज आर्जवी होता.
"मी विद्याधर!" त्या नवागताने ठासून सांगितलं. चंद्रकांत आणखीन गडबडून गेला. हे सगळं और घडत होतं, पण आता ते निरर्थक मात्र वाटत नव्हतं. त्यात 'काहीतरी' होतं. पण 'काहीतरी'चा उलगडा होत नव्हता. ते सगळं समजणं आवाक्याच्या बाहेरचं होतं. काहीशा दयेच्या याचनेने चंद्रकांतने त्या विद्याधर नाव सांगणाऱ्या व्यक्तीकडे पाहिलं. आणि ती व्यक्ती पण त्याच्याशी सविस्तर बोलण्याच्या इराद्याने खाली बसली.
"विद्याधर ह्या एका व्यक्तीवर नाटकाचं पाऊण यश अवलंबून आहे. पण त्याचा अर्थ नाटकाचा सूत्रधार विद्याधर आहे असं मात्र नाही. कारण विद्याधरच्या स्वभावात जे फेरफार झाले त्या फेरफारांना त्याची स्वत:ची मनोरचना फारशी जबाबदार नाही, तर बाह्य घटना जबाबदार आहेत. तेव्हा बाह्य घटनांचं चित्रण उठावदार व्हायला हवं."
"एकदम कबूल! पण त्या सगळ्यांचा केंद्रबिंदू विद्याधरच आहे!"
"असेना का! त्याचा अर्थ विद्याधर लोकांसमोर उभा करताना आटापिटा केला पाहिजे असं नाही. नाटकातला हिरो कोण?"
"विद्याधरच की!" चंद्रकांत म्हणाला.
"हेच चूक! नाटकातला हिरो आहे रमेश. मला तुम्ही सांगा गडकऱ्यांच्या

'भावबंधन'मध्ये हिरो कोण आहे?''

चंद्रकांत गप्प राहिला. पुन्हा ती अज्ञात व्यक्ती म्हणाली,

''भावबंधनचा हिरो घनश्याम! जो नाटकाचं कथानक सतत फिरत ठेवतो तोच खरा हिरो. तसंच आहे ह्या नाटकाचं. रमेशचं चित्रण जेवढं परिणामकारक होईल तितका विद्याधर आपोआप लक्षात राहील. विद्याधरची भूमिका करताना तुझी असामान्य अभिनयशक्ती कसाला लागलीच पाहिजे असं नाही.''

''मग मला घेतलं तरी कशाला?'' चंद्रकांतचा अहंकार डिवचला गेला.

''तेच सांगतो. दिग्दर्शक रानडे काय किंवा बाकीचे लोक काय, ह्यांना सगळ्यांना विद्याधरचंच महत्त्व वाटतंय. ही भूमिका वास्तविक स्वत:च्या साधेपणावरच उभी राहणार आहे. विद्याधरला पोषाख नकोय, बाकीचा डामडौल नकोय-काही नकोय.''

रुबाबदार वाटलेली ती व्यक्ती आता अगदी सामान्य वाटत होती इतकंच नव्हे, तर ती ठसठशीत दिसतही नव्हती. तिचा चेहरा चंद्रकांतला नीट पाहायचा होता. त्याचा अभ्यास करायचा होता. सूक्ष्म अवलोकन करायचं होतं. म्हणजेच नाटकातल्या विद्याधरची व स्वत:ची साम्यस्थळं पारखून घ्यायची होती. तो गृहस्थ सांगत होता त्यात त्याला बरंच तथ्य वाटू लागलं. चंद्रकांत म्हणाला, ''आपण आत बसू या. मला तुम्हाला नीट उजेडात पाहू दे. तुमच्यासारखं मला व्हायला हवं म्हणजे भूमिकेला जास्तीत जास्त...''

''हो! पण त्याच वेळेला तू माझ्यासारखं सही न् सही होता कामा नये. विद्याधरच्या भूमिकेत जसा मी हवा, तसाच तूही हवास. तू स्वत:चं व्यक्तिमत्त्व पूर्णत: विसरता कामा नये. तुझं स्वतंत्र व्यक्तिमत्त्व अबाधित राहायला हवं. तू माझ्या जास्तीत जास्त जवळ जा, पण माझ्यात जास्त सामावून जाऊ नकोस. तुझ्यासमोर उभी राहणारी माझी प्रतिमा धूसरच हवी. ठसठशीत नसावी. लोकांसमोर येताना मला तुझं साहाय्य हवं. तुझ्यावाचून मला स्वतंत्र अस्तित्व नाही, म्हणून तू माझ्यामध्ये सामावून जाता कामा नये. तुझ्या स्वत:च्या विचारसरणीवर, मला समजून घेण्याच्या शक्तीवर माझा अवतार यथार्थ होणार आहे. म्हणून तुला भेटलो. माझ्यावर व नाटकावर अन्याय, अतिक्रमण करू नकोस. म्हणून तुला भेटलो. नाट्यवाचनानंतर दिग्दर्शक रानडे, तू, बाकीचे विद्वान ह्यांची चर्चा चाललेली मी ऐकली. बिचाऱ्या लेखकाचा आवाज त्यात कुणाला ऐकायलाच येत नव्हता. म्हणून तुला सांगायला आलो. विद्याधरचं नाटकातलं स्थान सांगायला आलो. लेखकावर अतिक्रमण करू नकोस. मी जातो.''

क्षणार्धात समोरची व्यक्ती दिसेनाशी झाली. पायांवर घेतलेलं पांघरूण चंद्रकांतने

ताडकन् झुगारून दिलं. नाटकातलं एक पात्रच जिवंत होऊन येते- नाटककाराने
ठरवून दिलेले संवाद वाचायचे सोडून स्वत:ची व्यक्तिरेखाच समजावून सांगतं
आणि परत लेखकावर-स्वत:च्या जन्मदात्यावर अन्याय करू नको विनवतं...
सगळं-सगळं अचाट, अद्भुत होतं. ह्या सर्व घटनेत कमालीचा अर्थ होता.
दरवाजावर थापा मारीत चंद्रकांतने मंगलेला हाका मारायला सुरुवात केली.
चंद्रकांतचा भांबावलेला चेहरा पाहून मंगलेने त्याला नीट पलंगावर बसवलं
आणि काळजीने विचारलं, "काय झालं? एवढे घाबरलात का?"
"तसं काही नाही. जरा पाणी दे प्यायला."
पाणी पिऊन झाल्यावर चंद्रकांत स्वत:च्याच तंद्रीत म्हणाला,
"विद्याधर म्हणतो ते खरं आहे."
"कोण विद्याधर? काय झालं?- मला सांगा ना नीट." मंगला काकुळतीने
म्हणाली.
"कोण विद्याधर ते कसं सांगू? कोण कसा विश्वास ठेवणार?"
"मला सांगा ना! माझ्यावर नाही का विश्वास तुमचा? सांगा पाहू सगळं! काही
शंका आणू नका मनात."
घडलेला प्रकार मंगलेला सांगावा की न सांगावा ह्या विचारात चंद्रकांत पडला.
न सांगितल्याने काहीतरी गैरसमज निर्माण होण्याची शक्यता होती. शेवटी
हलके-हलके चंद्रकांतने सारी हकीकत सांगून विचारलं,
"तुझं काय मत आहे ह्या बाबतीत?"
"माझं मत असं की, तुम्हाला जागरण झालं आहे. नाटकाच्यापुढे घरादाराचा,
बायकोचा विसर पडलेला आहे आणि तुम्हाला विश्रांतीची फार आवश्यकता
आहे."

नाटकातल्या पहिल्या प्रयोगाची तारीख जाहीर झाली. मॅनेजर शंकररावांनी
शिरस्त्याप्रमाणे किती जागा ठेवू म्हणून विचारलं,
"चार सीट्स हव्यात."
एक आकडा वाढवलेला पाहून शंकररावांनी परत विचारलं, "किती? चार?"
विचार करीत चंद्रकांत म्हणाला, "होय! चार!"
चंद्रकांतचा चौथा पाहुणा कोण-हे शंकरराव वारंवार पाहत होते. पण मंगला,
चंद्रकांतची दोन मुलं-अविनाश,अचला-ह्यांच्या पलीकडची चौथी खुर्ची रिकामी
होती!
एका अंकानंतर तर आत जाऊन त्यांनी चंद्रकांतला विचारलं,

"तुमचा चौथा पाहुणा आला नाही?"

त्याच्याकडे हसून पाहत म्हणाला, "येईल-येईल! अजून येईल!"

नाटकातला हिरो रमेश-पण खरोखरच चंद्रकांतच्या साध्या अभिनयाने नाटक कुठच्या कुठं उंचीवर गेलं. विद्याधरला दिलेल्या दिग्दर्शनाबद्दल रानड्यांची प्रत्येकाने तोंड फाटेतो स्तुती केली आणि रानड्यांनी पण आपला मोठेपण सिद्ध करीत चंद्रकांतला कडकडून मिठी मारीत विचारलं,

"ह्याचं श्रेय तुम्हाला. पहिल्या दिवशी तुम्ही मला दृष्टिकोन सांगितलात तेव्हा मी नाराज होतो, पण आज हा तुमचा विजय आहे. तुम्हाला 'विद्याधर' खराखुरा समजला."

ओळखीच्या, अनोळखीच्या लोकांनी कौतुकाचा वर्षाव केला. रात्री मंगलेच्या आलिंगनातला आवेगही निराळा-निराळा होता. पण ह्या सर्वांपेक्षा शंकररावांना जी चौथी खुर्ची शेवटपर्यंत रिकामीच वाटली होती त्या खुर्चीवर बसलेल्या व फक्त चंद्रकांतला दिसणाऱ्या विद्याधरचं चेहऱ्यावरचं समाधान-हा चंद्रकांतचा अत्युत्कट आनंदक्षण ठरला आणि त्यानंतर प्रत्येक खेळाला चंद्रकांतच्या नावाची एक खुर्ची रिकामी राहू लागली. त्यामागचं रहस्य कुणाला समजलं नाही. मंगलेला चंद्रकांत प्रामाणिकपणे तो प्रकार पुन्हा पुन्हा सांगत राहायचा. ती त्यावर काहीच बोलायची नाही. ती रिकामी खुर्ची-त्याचा आनंद ही एक चंद्रकांतची अगदी वैयक्तिक भावना होती. कलावंतांच्या लहरी म्हणून त्या खुर्चीचं कौतुक होऊ लागलं!

त्यानंतर 'विधियोजना' नाटकातला शेखर चंद्रकांतला भेटून गेला. 'मुखवटे' नाटकातला 'विलास' स्वतःचं स्वरूप सांगून गेला. आणि मग प्रत्येक नाटकातल्या भूमिकेने चंद्रकांतला भेटायचं हा जणू संकेतच ठरून गेला. चंद्रकांतला त्याची सवय होऊन बसली. भूमिका येऊन भेटल्याशिवाय त्याला चैन पडेनासं झालं. तोपर्यंत तो अस्वस्थ असायचा. घरात मुलांशी, बायकोशी नीट बोलायचा नाही. अविनाश, त्याचा मोठा मुलगा हा एखाद्या व्यवस्थापकासारखा चंद्रकांतच्या भोवती असायचा. वडिलांची नक्कल म्हणून घेण्याचं काम तो आवडीने करायचा. पण हे सगळं भूमिका भेटून गेल्यानंतर! तोपर्यंत चंद्रकांत कशाकशाला हात लावीत नसे. काही काही वेळा परिस्थिती उलट असायची. भेटायला येणाऱ्या, विचारविनिमय, चर्चा करायला येणाऱ्या माणसांची एवढी झुंबड उडायची की चंद्रकांतला श्वास घ्यायला फुरसत मिळायची नाही आणि मग चंद्रकांतला भेटायला उत्सुक झालेले नाटककाराचे मानसपुत्र ताटकळत दरवाजापाशी उभे राहायचे. त्यांचं हे सूक्ष्मागमन फक्त

चंद्रकांतला जाणवायचं आणि चार लोकांत बसलेलं असताना आपल्या मनातली खळबळ लपवताना त्याला प्रयास पडायचे.

या गुप्त संकेतामुळे चंद्रकांतला दिग्दर्शन करणं ही एक असामान्य दिग्दर्शकांच्या आवाक्याबाहेरची गोष्ट होऊन बसली. प्रत्येक नाटककाराने चंद्रकांतची भूमिका पाहून आपले मानसपुत्र योग्य वजनाने साकार होत असल्याची ग्वाही द्यावी आणि चंद्रकांतने स्वत:शी म्हणावं, 'ज्या प्रतिभेचा साक्षात्कार तुम्हाला लिहिताना होतो, पण जी तुम्हाला दिसत नाही, ती प्रत्यक्षपणे माझं कसब आणि स्वत:ची सगुण-साकार मूर्ती पाहत समोर बसलेली असते; त्या वेळी थिएटर भरलेलं आहे की रिकामं आहे ह्याची मला पर्वाच राहत नाही!'

चंद्रचुडांचं नाटक वाचल्यानंतर चंद्रकांतला प्रकर्षाने काही जाणवलं असेल तर हे की, ह्यातली कुमारची भूमिका आपल्यासाठी नाही. घरी आल्याबरोबर मंगलने विचारलं,

''कसं काय नाटक?''

''बरं आहे. पण त्यात मला योग्य अशी भूमिकाच नाही.''

''वा! असं कसं होईल? तुमच्यासाठीच केवळ लिहिलेल्या नाटकात तुम्हालाच भूमिका नाही?''

''हो! तसंच.''

''छे छे! तुमच्याशिवाय दुसरं कोण लायक आहे त्या कामाला?''

''ते मला सांगता येणार नाही; पण माझ्यासाठी ती भूमिका योग्य नाही हे निश्चित!''

''पण कशावरून म्हणता?''

''माझ्यासाठी नाटक लिहिताना चंद्रचुडांनी माझा पूर्ण विचार केलेलाच नाही. गेली सात-आठ वर्षं मी सतत काम करीत आलेलो आहे. आता माझ्या स्वत:च्या म्हणून काही गोष्टी ठरलेल्या आहेत. माझ्या स्वत:च्या हालचाली, येण्याजाण्याची, बसण्या-उठण्याची काही पद्धत ठरलेली आहे. माझी शरीरयष्टीही कुमारच्या कामाला योग्य नाही. काही गोष्टी मी स्टेजवर करायच्या टाळत आलो आहे, त्या ह्या नाटकात सर्रास आहेत. काही काही प्रसंग तर असे आहेत की ते स्टेजवर करू नयेत असा दंडक आहे. कुमारच्या व्यक्तिचित्रणाला ते आवश्यक असेल एक वेळ, पण रंगभूमी व नट ह्या दृष्टिकोनातून मला ते मंजूर नाही. मी चंद्रचुडांना साफ सांगितलं, कुमार हे पात्र तुम्ही जसं रंगवलं आहे तसं हवं असल्यास मी ते काम करू शकणार नाही.

आणि तुम्हाला मीच हवा असेल तर मी सांगतो ते फेरफार नाटकात व्हायला हवेत.''
''मग त्यांना कबूल आहे?'' मंगलेने उत्सुकतेने विचारलं.
''आहे! आणखीन् आठच दिवसांनी मला हवी तशी कॅरेक्टर लिहून आणणार आहेत ते! त्यांना ते तेवढं पसंत नाही, पण माझ्यासाठी त्यांना ते करणं भाग पडणार आहे.''
बदललेल्या स्वरूपात नाटकाचं वाचन झालं. कुमारच्या चित्रणात केलेल्या सुधारणा चंद्रकांतला पसंत पडल्या आणि रात्री घरी परतताना नाटकाचं बाड घेऊन तो घरी आला. ह्यावेळेला मंगलाही त्याच्याबरोबर होती. घरी परतेपर्यंत वाटेने दोघांचं नाटकावरच बोलणं चाललं होतं. घरी परतल्यावर चंद्रकांत मंगलेला म्हणाला,
''मी इथंच तास-दोन तास बसणार आहे.''
चंद्रकांत का बसणार आहे ह्याची अटकळ येऊन मंगला 'बरं' म्हणाली.
-आणि ह्या वेळेला चंद्रकांतला धक्का बसला. कुमार त्याला भेटायला आला नाही. सबंध रात्रभर हट्टाने गॅलरीतच बसून राहिल्याने सकाळी-सकाळी चंद्रकांतचं अंग भरून आलं. डोक जड झालं. त्याला चांगलाच ताप चढला होता.
सबंध आजारपणात चंद्रकांत कुमारची वाट पाहत होता. त्याची ती हुरहूर तो कुणाजवळ व्यक्तही करू शकत नव्हता. प्रेक्षकांकडून मिळणाऱ्या पसंतीच्या टाळीचा कैफ जसा त्याच्याच पुरता मर्यादित होता तशीच कुमार भेटत नसल्याची विवंचना त्याची एकट्याची होती!
चंद्रकांत हिंडाफिरायला लागला. कंपनीतली इतर मंडळी, चंद्रचूड वगैरे त्याच्याकडे खेपा घालू लागली. प्रयोगाची तारीख लागली होती. 'पृथ्वीचे गीत' हे नाटकाचं नावही जाहीर झालं होतं. चंद्रकांतने नक्कल पाठ करायला घ्यावी म्हणून दिग्दर्शक जाता-येता सांगून जाऊ लागले आणि चंद्रकांत कुमारची वाट पाहत दिवसेंदिवस जास्त-जास्त बेचैन होत होता. तालमींना उशीर चंद्रकांतकडून होत होता. इतर कलाकार आता उघड-उघड चंद्रकांत चढून गेल्याची भाषा बोलू लागले. शेवटी महिनाभर वाट पाहून चंद्रकांतने एके दिवशी आपल्या भूमिकेची नक्कल तशीच पाठ करायला घेण्याचा निर्णय घेतला. तालमींना सुरुवात झाली. चंद्रकांत स्वत:चं समाधान करून घेत म्हणायचा,
'नाही यायचं तुला तर नको येऊस! माझी इतक्या वर्षांची सेवा रंगदेवतेपाशी रुजू झाली असेलच की नाही?-माझी काही तपश्चर्या आहेच की नाही?-मला

गरज नाही कुणाचीही!'

असं समाधान करून घेत चंद्रकांत काम करत होता खरा, पण त्याची अस्वस्थता सगळ्यांनी जाणली होती. बेदम पोट दुखत असताना, पोट दुखत नसून पायच ठणकतो आहे अशी कल्पना करायची म्हणजे पोट दुखल्याचं लक्ष कमी होतं तसंच स्वत:ची समजूत घालीत काम करणाऱ्या चंद्रकांतचं झालेलं होतं. नेहमीप्रमाणे अविनाश चंद्रकांतची तालीम नक्कल पाठ आहे का पाहत होता. चंद्रकांत भाषणामागून भाषणं म्हणत होता. पण त्यात पूर्वीची आस्था नाही हे मंगलेच्याही लक्षात आलं होतं. एकीकडे सतारवादनाचा कार्यक्रम ती ऐकत होती. पण तितकंच तिचं लक्ष बाहेरही होतं. तिला चंद्रकांतची अवस्था पटत होती, पण मागची कारणमीमांसा पटत नव्हती. कीर्तीच्या विद्यमान शिखरावर झालेला आपला नवरा खुळचट कल्पना उराशी बाळगून अस्वस्थ होतो हे तिने जरी बोलून दाखवलं नसलं तरी तिला ते पटलं नव्हतं. काहीच जोष नसताना चाललेली ती तालीम पाहून मंगलेला वाटलं की अविनाशच्या हातातलं पुस्तक फेकून द्यावं, नक्कल थांबवावी. पण त्याच वेळेला रेडिओपासून तिला हलावंसं वाटत नव्हतं. बाहेरची भाषणं, संवाद आणि सतारवादन ह्यांचा फार गंमतीदार मिलाफ झाला होता. जशी एखाद्याने पार्श्वसंगीताची योजनाच केली होती. आणि हा विचार जेव्हा मंगलेला चाटून गेला तेव्हा मग सतारवादन आणि संवाद ह्यांचा मेळ घालण्यातच ती दंग झाली. ह्या नादात रात्रीचे अकरा वाजून तालीम व संगीत केव्हा संपलं हे तिला कळलंच नाही.

चंद्रकांतला थकवा आला होता. गादीवर पडता-पडता तो पुटपुटला,

''काही गंमत राहिली नाही पूर्वीची! आता थकत चाललो मी!''

''कोण म्हणतं नाही म्हणून? एक गंमत चालली होती उलट. अगदी आजवर न घडलेली. सांगू?''

बायकोला नाराज करायचं नाही म्हणून चंद्रकांत म्हणाला, ''सांग!''

मंगला सांगू लागली, ''मघाशी तुम्ही नक्कल म्हणत होतात आणि रेडिओवर सतारवादन चालू होतं तेव्हा अगदी असं वाटत होतं की, नाटकाला दिलेलं जणू पार्श्वसंगीतच आहे. तुम्हाला मध्ये अडवून दाखवणार होते एकदा. पण म्हटलं, आधीच तुमचं लक्ष नाही जाग्यावर. उगीच कशाला मधे या!''

आणि दुसऱ्याच दिवशी हॉलवर पोचल्यावर चंद्रकांतने जाहीर केलं, नवीन नाटकाला पार्श्वसंगीत हवं. आधुनिक प्रकाशयोजना हवी. आणि मग संगीत आणि प्रकाशयोजना ह्यांच्या कल्पना सगळ्यांना सांगताना चंद्रकांत दंग झाला. चंद्रचुडांचं नवं नाटक 'पृथ्वीचे गीत' प्रकाशयोजना, संगीत वगैरेच्या आधुनिक

तंत्रासकट-नव्या थाटात रंगभूमीवर आलं. भरपूर जाहिरात झालेलं हे नाटक रंगभूमीवर येण्यापूर्वी पहिल्या पाच प्रयोगांची तिकिटं संपली होती.
लोकांनी नाटक पहिल्या दिवसापासून उचलून धरलं. चंद्रकांतची वारेमाप स्तुती झाली. पार्श्वसंगीताचं कौतुक झालं. प्रकाशयोजनेवर लोक खूष होते. नेपथ्याने डोळ्यांचं पारणं फिटलं आणि त्याच वेळेला चंद्रकांत मात्र नाटकाचा प्राण कुठं दिसतोय हे पाहण्यासाठी रिकाम्या खुर्चीकडे पाहत राहायचा.
लोक भारावले होते. नाटकाला गर्दी करत होते. चंद्रकांतवर स्तुतिसुमनांचा वर्षाव करीत होते. पण चंद्रकांतच्या मनातली पोकळी मात्र भरून येत नव्हती. चंद्रकांतला स्वत:चा रोज पराभव होतोय असं वाटायचं. नाटकाचे प्रयोगावर प्रयोग होत होते आणि प्रत्येक प्रयोग हा पराभवाचा वरचा टप्पा समजून चंद्रकांत खचत होता आणि त्याच वेळेला ह्या विचित्र टोचणीमुळे कोणीतरी हसतंय असं वाटायचं! एकटा असल्यानंतर तर हे आवाज फारच यायचे. शेवटी ह्या सर्वांवर तो चिडला. हे सारं विसरायला पाहिजे. हा आवाज ऐकू येता कामा नये. त्या अज्ञात आवाजाला आपली स्तुती ऐकायला हवी. बस्! हाच उपाय! स्तुतीचा आवाज सतत हवा.
ह्या विचारातून चंद्रकांतने नव्या नाटकाची योजना केली. 'पृथ्वीचे गीत' नाटकाचे दिवसातून दोन-दोन प्रयोग करायला त्यान सुरुवात केली.
आतला आवाज जिरवण्यासाठी पार्श्वसंगीत, प्रकाशयोजना, सतत आसपास गर्दी हे कोष्टक ठरून गेलं.
'पृथ्वीचे गीत'चा सुवर्णप्रयोग झाला. कायम ठरवलेल्या टॅक्सीतून चंद्रकांत घरी निघाला. वर्तमानपत्रकार, टीकाकार, इतर स्तुतिपाठक ह्यांच्यातून तो दूर झाला आणि टॅक्सीतला एकांत त्याला अस्वस्थ करू लागला. त्याच बरोबर कुणीतरी पाहिजे असं वाटू लागलं. असं कोणीतरी की जो आपली स्तुती करील-नाट्यक्षेत्रातला क्रांतिकारक म्हणून पाठ थोपटील...
चंद्रकांतने एकदम गाडी थांबवायला सांगितली. रस्ता क्रॉस करीत असलेल्या एका माणसाला थांबवून त्याने विचारलं, 'लिफ्ट हवी?''
''थँक्स!'' म्हणत तो गृहस्थ आत येऊन बसला. एवढ्या रात्री या भागात येणारा गृहस्थ हा नाटकाचा प्रेक्षकच असणार हे समजून चंद्रकांतने विचारलं,
''कसं काय नाटकं''
''अगदी सामान्य!'' तो प्राणी थंडपणे म्हणाला. विरुद्ध मत पडलेलं पाहून चंद्रकांतने स्वत:ची ओळख करून देण्याचा विचार सोडला आणि तो म्हणाला,''आपल्याला बरं वाटलं बुवा!''
''हां, तसं ठीक आहे. प्रकाशयोजना ठीक आहे. अशी आहे की चेहऱ्यावरचे

भाव दिसू नयेत. बाकी एका तऱ्हेने ते योग्य आहे. ठोकळेबाज चेहरे पाहण्यापेक्षा प्रकाशयोजना पाहणं बरं! न साधणारे भाव दाखवण्याचे प्रयत्न नेटाने करू नयेत. आम्ही पाहू नयेत.''

''वा! असं कसं म्हणता? चंद्रकांतच्या तिसऱ्या अंकातला प्रवेश आणि आत्मगत भाषण.''

''हॅं! तो तर अजब प्रकार आहे. चंद्रकांतचा एकट्याचा प्रवेश आहे तो, पण त्यात आवेश नाही. अहो! ह्याच चंद्रकांतचं मी 'मुखवटे' नाटकातलं काम पाह्यलंय. काय सांगू महाराजा! पहिल्याच वाक्याच्या फेकीवर तो टाळी घ्यायचा. सर्वात पहिली आणि शेवटची टाळी माझी असायची. गेले ते दिवस! बाकी हेही खरंच! चंद्रकांत थकला आता. पूर्वीची आवाजाची झेप त्याला पेलवणं कठीण आहे. आपली कुवत त्याने ओळखली म्हणूनच पार्श्वसंगीताची योजना केली. दुसरं काय?''

''हे आपल्याला पटत नाही.'' चंद्रकांत कमालीचा अस्वस्थ होत म्हणाला.

''तुम्हाला पटो अथवा न पटो. पण सांगा! भपका आणि डामडौल ह्या व्यतिरिक्त त्यात आहे काय दुसरं? त्याहीपेक्षा नवल म्हणजे स्वत: चंद्रकांतचं! त्याला स्वत:ला हे कसं काय पटतं कोण जाणे! सगळा देहाचा शृंगार! नाटकात प्राण कसा तो नाही.''

चंद्रकांतचा स्वत:वरचा ताबा सुटत चालला! हाताची मूठ सीटवर आपटत तो म्हणाला,

''तुम्ही लोक जुन्याचंच कौतुक करणारे! कुणी नवे प्रयोग करू लागले की त्यांना हिणवून त्यांचे पाय खेचणारे! हे नाटक आणि चंद्राकांतची ही असामान्य भूमिका ह्यात प्राण नाही म्हणता याचा अर्थ हा की तुम्हाला नाटक समजलं नाही. तंत्र कळत नाही.''

''हल्ली हीच फॅशन होत चालली आहे. त्याला तुम्ही बळी पडलेले दिसताय. एखाद्याने आवडलं नाही म्हटलं की तुम्हाला राग येतो. पराभव कबूल करायचा नसला की मनुष्य चिडतो. मग सोपा प्रतिकार म्हणजे तुम्हाला समजलंच नाही असं म्हणायचं अन् मोकळं व्हायचं! आम्ही कबूल करतो आमची शक्ती मर्यादित आहे म्हणून. आम्ही स्वत:ला फार मोठे म्हणवतच नाही. हर्ष-खेद-आश्चर्य-हेवा ह्या सरळ सरळ भावना असलेले आम्ही सामान्य प्रेक्षक आहोत. आम्हाला रंगभूमीवर चाललेलं समजावं एवढीच प्रामाणिक अपेक्षा आहे. तंत्राचा बडेजाव नको आहे. अगोदर कलात्मकता हवी. प्राण हवा. समोर जे दिसेल ते लगेच कळावं आणि त्याची प्रतिक्रिया आम्हाला लगेच व्यक्त करायला मिळावी एवढीच आमची मागणी आहे. ह्या उलट आमच्यावर लादलं जातं ते तंत्र! परत

त्याविरुद्ध बोलणं हे पाप झालंय.''

चंद्रकांत आणखी वैतागला. आपण कुठं आहोत ह्याचं भान न राहून त्या गृहस्थाचे खांदे गच्च पकडीत तो म्हणाला,

''तुम्हा प्रेक्षकांजवळ प्रामाणिकपणा राहिला नाही. आमच्या पातळीला येण्याची तुमची पात्रता नाही. शक्ती नाही. सरळ सांगा! चंद्रकांतच्या कामात तुम्हाला काय दिसलं नाही?

''प्राण!''

''स्पष्ट सांगा.''

''नवीन तंत्राची तरफदारी करणाऱ्याला माझा 'प्राण' हा शब्द समजू नये? अजब आहे. स्पष्ट हवं तर ऐक. 'पृथ्वीचे गीत'मधला कुमार, कुमार वाटत नाही. तो चंद्रकांत नटच वाटतो. नाटककाराचा कुमार आणि चंद्रकांतने दाखवलेला कुमार समजलेला नाही. खरा कुमार हा फार-फार निराळा आहे चंद्रकांत! कुमारच्या त्या खऱ्या कुमारची कुचंबणा झाली आहे. त्याच्यावर कुणीतरी आघात केले आहेत. स्वतःची शक्ती पुरी पडत नाही म्हणून कुमारचं व्यक्तित्व मारण्याचा प्रयत्न झालेला आहे.''

चंद्रकांत पुन्हा गडबडला. अस्वस्थ झाला. त्या गृहस्थकडे तो रोखून पाहू लागला. मग चंद्रकांत एकाएकी ओरडला,

''कोण? कुमार? किती उशिरा आलास? का असं केलंस?''

चंद्रकांत कुणाशी बोलतोय हे पाहण्यासाठी टॅक्सी ड्रायव्हरने दचकून मागं वळून पाहिलं. टॅक्सीत कुणीच नव्हतं.

★

सखी

गाडीत चढतानाच एखादी सुंदर मुलगी तुम्हाला दिसली तर विशेष सायास न करता ती आपल्याला सतत दिसत राहील अशी जागा तुम्ही हमखास निवडाल. एखाद्या लग्नसमारंभात दहाजणींत उठून दिसणारी एखादी बाई मांडवात वावरत असेल तर तिथेही मांडवाचा कोणताही खांब मध्ये येणार नाही ह्याची तुम्ही दक्षता घ्याल आणि हे सगळं आपोआप तुमच्याही नकळत तुमच्याकडून घडेल. पण मला आता सांगा, तुमच्यापैकी कुणावरही असा प्रसंग आला असता, तर तुम्ही काय केलं असतंत? दैनंदिन जीवन आणि बरंवाईट समजायला लागल्यापासून मागे चिकटलेल्या काळज्या ह्या सर्वांना वैतागून तुम्ही उशिरा चौपाटीवर जाऊन एकांतातील जागा मिळवलीत आणि पाच-दहा मिनिटांच्या आतच चार-पाच सुंदर-सुंदर मुली तुमच्या अगदी जवळ येऊन बसल्या अन् तुमच्याशी जिवाभावाच्या विषयावर बोलू लागल्या, तर तुम्ही काय कराल सांगा?

किती स्वर्गीय कल्पना आहे, नाही? अशा प्रसंगी तुम्ही काय कराल? तुम्ही सांगू शकत नसाल तर 'नाही' म्हणा. पराभव कबूल करा. म्हणजे मी सांगतो. तुमच्या मनात खूप गोष्टी असतील. मनोराज्य पण तुम्ही खूप रचीत असाल. पण अशा वेळी तुमच्या हातून प्रत्यक्ष काहीही होणार नाही. भयभीत नजरेने तुम्ही प्रथम आपली बायको हा देखावा पाहत नाही ना, हे शोधू लागाल! खरं की नाही?

माधव पित्रेनेसुद्धा अगदी हेच केलं. कटकटी विसरण्यासाठी तो चौपाटीवर एका बाजूला येऊन बसतो काय आणि तारुण्याचा उंबरठा नुकताच ओलांडलेल्या चार-पाच सुंदर मुलींकडून घेरला जातो काय! सारंच और...! आपल्या पाठोपाठ वत्सला चौपाटीवर आलेली नाही ना, ह्याची माधवने आधी खात्री करून घेतली. वास्तविक त्याच्या घरी संध्याकाळी सात वाजता अचानक एक पाहुणा उतरलेला होता. धाकट्या मुलाला ताप आलेला होता-अशा परिस्थितीत वत्सला घर सोडणं शक्य नव्हतं. पण हे सगळं माहीत असूनही माधव मान

उंचावून सगळीकडे पाहत होता. प्रथम एकदम एवढ्या मुली पाहून तो घाबरला होता. चौपाटीवरच्या गार वाऱ्यातही त्याला दरदरून घाम फुटला होता. अगदी विसावं शतक झालं म्हणून काय झालं?
एवढ्या मुलींनी इतक्या रात्री एका अनोळखी पुरुषाला वेढायचं म्हणजे काय? मग माधवला वाटलं, ही भूतचेष्टा असेल. त्याबरोबर स्वसरंक्षणाचाही विचार त्याच्या डोक्यात येऊन गेला. वत्सलेची आठवण झाली. माधव मनाशी म्हणाला, अप्सरेलाही मागं सारणाऱ्या ह्या मुली खऱ्या असोत किंवा खोट्या असोत, त्या मुली आहेत आणि सुंदर आहेत... प्रथम बायको आसपास नाही ना हे पाहावं...
"बिलकूल घाबरू नका! तुमची बायको आता इथं येणं शक्य नाही. तुम्हालाही त्याची खात्री आहे." त्याच्यातली एक मुलगी माधवच्या जवळ सरकत म्हणाली.
माधव आणखीनच बुचकळ्यात पडला. आपल्या मनातले विचार ह्या बाईला कसे समजले? आणि ती जवळ जवळ का सरकते आहे?
तोच दुसरी सौंदर्यवती त्याच्या जवळ येत म्हणाली,
"विम्याचा हप्ता भरलात का?"
हा माधवला दुसरा धक्का होता. हप्ता भरण्याविषयी त्याला नुसता 'रिमाइंडर' आलेला नव्हता, तर 'पॉलिसी लॅप्स होईल' म्हणून तंबी पण मिळालेली होती. पण ह्या सर्व गोष्टी हिला कशा कळल्या? ही बाई त्या ऑफिसात आहे की काय? आणि जरी असली तरी मीच माधव पित्रे हे हिला कसं माहीत? तिला कुठं पाहिल्याचंही माधवला आठवेना. तिने पुन्हा तोच प्रश्न विचारला...
"अजून नाही ना हप्ता भरलात?"
तिच्या आवाजातला गोडवा अवर्णनीय होता. त्यातलं मार्दव पाहून माधवला वाटू लागलं, ही कुणी का असेना मनातले सगळे विचार हिला सांगावेत. ओळख असो वा नसो! संकोचाचं पटल झुगारून देत तो विवंचनेच्या सुरात म्हणाला,
"हप्ता अजून नाही भरला. त्याच फिकिरीत आहे. कंपनीकडून नुकतीच नोटीस आली आहे."
"मला माहीत आहे ते!" अधिकच मृदू स्वरात ती मुलगी म्हणाली.
"तुम्ही कोण पण?" भीड दाबत माधवने पूर्वीपेक्षा मोकळेपणानं विचारलं.
"मी कुणी का असेना? मला सगळं माहीत आहे एवढं खरं!"
"तसं काय हो! सगळ्यांनाच ही परिस्थिती माहीत आहे! त्यावर कुणी उपाय सुचवतंय का सांगा!" जवळच्या माणसाजवळ बोलावं तसं माधव म्हणाला.

माधवच्या खांद्यावर बिनदिक्कत थोपटल्यासारखं करीत ती तरुणी म्हणाली,
"उपाय आहे."

तिच्या स्पर्शाने माधवच्या अंगातून वीज सळसळत गेली. त्याच्या अंगातला
अणुरेणू भडकून उठला. पण त्याच वेळी त्याला कसली तरी अनामिक भीती
पण वाटत होती. खांद्यावरचा हात दूर करीत तो म्हणाला,

"सांगा, सांगा! कोणताही उपाय सांगा! पण लांबून सांगा!"

आपला हात दूर केल्याबद्दल खेद न मानता पुन्हा माधवला चिकटून बसत ती
म्हणाली,

"तुम्ही आधी विमा उतरवलात का मुळी?"

"वा! हा काय प्रश्न झाला?"

"पण सांगाल तर खरं!"

"आता हे काय सांगायला हवं? आपलं मध्येच काही कमीजास्त झालं तर
मागं आपल्या बायकोमुलांना आधार असावा म्हणून..."

"तीन हजारांचाच विमा ना? मग एवढी रक्कम किती दिवस पुरणार चार
माणसांना हल्लीच्या काळात?"

"तसं हिशेब करून कसं चालेल? आहे हा हप्ता भरता-भरताच नाकात दम
येतोय माझ्या!" माधव म्हणाला

"तेच म्हणते मी! एवढा हा आटापिटा कशासाठी?... तर स्वतःच्या पश्चात
मागच्या लोकांची व्यवस्था व्हावी म्हणून! पण मी विचारते, एकदा आपण
मेल्यावर आपल्या मागं काय काय होतं हे थोडंच कळतं कुणाला?"

"ते आता मेल्याशिवाय कसं समजणार?" माधव म्हणाला.

"समजा, मेल्यावर माणसाला सगळं समजतं. पण मेलेला माणूस जिवंत
माणसांसाठी काही करू शकतो का?" त्या मुलीने विचारलं.

""नाही. काहीच करू शकत नाही."

"मग कशाला ही धडपड? सगळं व्यवस्थित होणार आहे असं समजावं आणि
दैवावर हवाला ठेवून निश्चिंत असावं. 'आप मर गये-दुनिया डूब गयी' असं
आपलं तत्त्वज्ञान असावं."

"त्यालाच लोक अव्यवहारी म्हणतात ना पण!" माधव काहीसा सात्त्विक
संतापाने म्हणाला.

"तुम्ही स्वतःसाठी जगता की लोकांसाठी?" त्या मुलीने विचारलं.

"अहो, पण असा विचार करून का परिस्थितीचा निभाव लागतो?" त्या
सुंदरीचं मत खोडून काढण्याचा प्रयत्न करीत माधव म्हणाला.

"हेदेखील कुणी ठरवायचं? स्वतःची विचारसरणी कशी असावी हेही

लोकांच्यावर अवलंबून ठेवायचं? विचारसुद्धा स्वत:च्या मालकीचे नसावेत? लोक काही का बोलेनात, किती बोललं गेलं ह्यापेक्षा किती ऐकलं गेलं यालाच महत्त्व आहे. किती खाल्लं यापेक्षा किती पचलं आणि किती पाहिलं ह्यापेक्षा किती आत उमटलं हे जास्त महत्त्वाचं आहे. पण फार थोड्यांना समजतं हे! अशाने तुम्हाला सुख लागावं कसं? लोकांना भ्यायचं, मग अशा चौपाटीवर येऊन विचार करीत बसायचं. अफाट सागर आणि अमर्याद आकाश यांच्या दर्शनाने धुंद व्हायचं सोडून आपल्याच विचारात हरवून जायचं...''

हळूहळू माधवच्या कोमेजलेल्या वृत्ती बहरू लागल्या. तिच्याकडे मिस्कीलपणे पाहत तो म्हणाला, ''विचार करताना माणसाला अशी सुंदर सोबत मिळत असेल तर मी म्हणेन की प्रत्येकाने विचार करायला चौपाटीवर यावं!''

''जरूर या! पण सुंदर सोबतीसाठी येऊ नका. सुंदर सोबत मनुष्यजातीला जन्मापासूनच मिळालेली आहे. फक्त तिची जाणीव हवी, तशी दृष्टी हवी. नद्या, डोंगर, समुद्र, आकाश असल्या गोष्टी मानव निर्माण करू शकणार नाही. पण एवढ्याशा डोळ्यांनी तो हे सगळं पाहू शकतो ना? पण चौपाटीवर येणारी माणसं फक्त समुद्र आणि आकाश बघायला आलेली मला आठवतच नाहीत. तिथंसुद्धा ती हेवा, मत्सर यांसारख्या क्षुद्र वृत्ती घेऊन येतात. निसर्गाच्या जवळ येऊनही निसर्गापासून दूर असतात. स्वत:चीच भविष्यं चिंतीत असतात. ते वाईट आहे असं मी म्हणत नाही, पण त्यातही स्वत: हरवून जात नाही. त्यांची भविष्यकाळासंबंधीची मनोराज्यंही क्षुद्र स्वार्थातच गुरफटलेली असतात. साहजिकच विचार करतानाही ती 'कॉन्शन्स' असतात. ह्या अपूर्णतेतच दु:ख आहे. जो स्वत: कशातच हरवत नाही तो माणूस कसला?''

माधव बेभान होऊन ऐकत होता. आज सगळंच और घडत होतं. त्याला त्याचा अर्थ उमगत नव्हता. संगती लागत नव्हती. आज्ञाधारक मुलाप्रमाणे तो म्हणाला, ''तुम्ही बोला, बोलत राहा. मी ऐकत राहतो.''

''ह्या क्षणापासून हप्त्याची काळजी करायची नाही. पॉलिसी गेली तरी चालेल. मेल्यानंतर मागं काय होणार ह्या विचारांनी जीवन खराब करून घेऊ नकोस. जीवन सुंदर आहे. आकाशासारखं अमर्याद, भव्य आहे. काळजी करून त्यातला रस घ्यायला पारखा होऊ नकोस!''

-सुखाची गुरुकिल्ली सापडावी त्याप्रमाणे माधवच्या वृत्ती पुलकित झाल्या. त्यात आणखी सुंदर स्त्रियांचा निकटचा सहवास. कुणीही अशा वेळी बेहोष झाल्यास नवल नव्हतं. तेवढ्यात दुसऱ्या एका मुलीने माधवला विचारलं, ''ऑफिसातल्या वरच्या जागेचं काय झालं?''

''तो पाटणकर मधे-मधे अडमडतोय ना! त्याच्यावर कशी मात करायची ह्याच

विचारात आहे मी सध्या!'' माधव उत्तरला.

''वरची जागा मिळाल्यावर तुमचा कितीसा फायदा होणार आहे?''

''चाळीस रुपयांचा फरक पडेल कमीत कमी!''

''मग तेवढ्यासाठी तुम्ही फारच मनस्ताप करून घेता आहात.''

''असं कसं म्हणता? महिना चाळीस रुपये ही काय लहानसहान बाब आहे?''
माधव म्हणाला.

''तुम्हाला नोकरी लागली तेव्हासुद्धा एकशे पस्तीस ही रक्कम मोठी वाटली
होती; पण दर वर्षी पगारवाढ मिळूनसुद्धा तुम्ही जास्तीचे पैसे बाजूला ठेवू
शकला नाहीत.''

आपल्या पगाराच्या आणि व्यवसायाच्या बारीकसारीक बाबी या अनोळखी
मुलीला कशा माहीत, ह्याचा विचार करण्याच्याही मन:स्थितीत माधव राहिला
नव्हता. पटकन् तो म्हणाला,

''एका मध्यमवयीन कारकुनाला ते कितपत शक्य होणार?''

''उद्या तुम्हाला वरची जागा मिळाली तर हीच परिस्थिती राहणार आहे, नाही
का?'' ती मुलगी म्हणाली.

''म्हणून काय खटपट करू नये?''

''जरूर करावी. पण त्यासाठी मनस्ताप करून घेऊ नये. जशी नोकरी आपोआप
घरी चालून आली तशीच बढती पण चालून येईल. खटपट, कारस्थानं करून
वरची जागा मिळवायची आणि त्याच मार्गाने परत आपल्याला कुणी खाली
खेचणार नाही ना, ह्याची चिंता करायची, यात काय अर्थ आहे? पैसा
मिळायचाच असला तर तो मग मधे कुठे थांबत नाही. खुदाके घर देर है
लेकिन अंधेर नही!''

माधवला आणखी हलकं वाटायला लागलं. मनावर आलेलं खिन्नतेचं पटल दूर
झाल्यासारखं वाटलं. एक तऱ्हेच्या तृप्तीने, समाधानाने त्याने डोळे मिटून
घेतले. जरा वेळाने त्या मुलींपैकी आणखी एकीने काही विचारल्यामुळे त्याने
पुन्हा डोळे उघडले.

''विजया सिनेमाला गेली आहे ना?'' ती मुलगी विचारीत होती.

''हो ना! वास्तविक तिने असं एकटीने परपुरुषाबरोबर जाता कामा नये.''

''पण तुमचा छोकरा गेला आहे ना तिच्याबरोबर?''

''गेलाय कसला? मी मुद्दाम पाठवलं त्याला आपण होऊन!'' माधव उत्तरला.

''मग कशाला काळजी करता? तुमच्या मुलाला बारा आण्यांत बसवून पाहुणा
तुमच्या बहिणीला बॉक्समध्ये नक्की नेत नाही.''

''माझा ह्या बाबतीत कुणावर भरवसा नाही.''

"लग्नाआधी तुम्हीही मुलीबरोबर सिनेमा पाहिलाय, तेव्हा तुम्ही तिला काय केलंत? काहीसुद्धा घडलं नाही तुमच्या हातून. हातात हात घेण्याचीसुद्धा हिंमत झाली नाही तुम्हाला."

"पण तुम्ही..."

"मला कसं कळलं ते विचारू नका! तसंच सांगते. एक मुलगी आपल्याबरोबर सिनेमाला आली या घटनेवरच तुमचा पाहुणा खूष आहे. तुमच्या बहिणीला तो काही करणार नाही. आणि प्रत्येक गोष्टीचा तुम्ही किती विचार करणार आहात? तिला स्वतःचं चांगलं-वाईट कळतंच की! सगळेच प्रश्न सोडवायला घेऊन सुटत नसतात. काही प्रश्न सोडून दिले म्हणजेच सुटतात."

-हा नवीन विचार देणाऱ्या स्त्रीकडे माधवने प्रेमाने आणि आदराने पाहिलं. आता ती एकटीच तिथे उरली होती.

"हे काय? बाकीच्या कुठे गेल्या?"माधवने अचंब्याने विचारलं.

"त्यांची दुसरीकडे कामावर जायची वेळ झाली. त्या गेल्या." ती मुलगी उत्तरली.

"पण म्हणजे काय? जाताना सांगून नाही जायचं त्यांनी?" माधव उद्गारला.

"आम्ही येताना तरी कुठं सांगून आलो होतो? वावटळ आणि पोरी न सांगता येतात आणि तशाच जातात. जाऊ देत! मी आहे ना?"

"हो!" माधवने कबुली दिली. काय होत आहे हे समजण्याच्या आतच तिने माधवला आपल्या कुशीत ओढून घेतलं आणि काहीशा बळजबरीनेच त्याला आपल्या मांडीवर झोपायला लावलं. माधवने पण शरणागती पत्करून डोळे मिटले. हलक्या हाताने ती त्याला थोपटू लागली. स्त्रीचा प्रेमळ स्पर्श, स्वर्गीय सौंदर्य, चौपाटीवरचा क्वचित मिळणारा एकांत आणि त्या मुलीच्या श्वासाबरोबर येणारा सुगंध... माधव स्वतःला विसरला, सुखावला, सुस्तावला.

सुमारे तासाभराने तो भानावर आला. पाहतो तो तिथे तो एकटाच होता. जवळ कुणीही नव्हतं. मग एकाएकी त्याला घराची आठवण झाली. तो ताडकन् उठला आणि चालू लागला. डोक्यात त्या मुलींचे विचार घोळत होते.

घडलेल्या प्रकाराला काय नाव द्यावं हे त्याला कळत नव्हतं. पण एकंदरीत त्याला खूप हलकं वाटत होतं. विचारांच्या तंद्रीत चालता-चालताच माधव पुन्हा थबकला. कोपऱ्यावर आणखी एक बाई उभी होती. चौपाटीवर भेटलेल्या मुलींच्या सौंदर्याशी कुठल्याच मुलीची तुलना करता येणं शक्य नव्हतं. तरीसुद्धा ही बाई कुणाचंही लक्ष वेधून घेऊ शकेल एवढी आकर्षक होती. क्षणभर तर माधवला वाटलं की चौपाटीवर भेटलेल्या मुलींपैकीच हीही एक असावी. पण अधिक जवळ गेल्यावर ती त्यातली नाही हे कळायला त्याला

वेळ लागला नाही. चौपाटीवर भेटलेल्या मुली सामान्य गोऱ्या होत्या आणि ही बाई काळीसावळी होती, तरी सुद्धा बघणाऱ्यांचा स्वत:वरचा ताबा सुटावा एवढी मोहक होती.
अनाहूतपणे ती बाई माधवजवळ आली आणि त्याला लगटून त्याच्या बरोबरीने चालू लागली. माधवची विचारशक्ती एकाएकी बधिर झाली आणि जणू काय आपलं व्यक्तिमत्त्व त्याने तिच्या स्वाधीन केलं. ह्या अनोळखी बाईचा आपल्यावर एवढा पगडा कसा बसला, याचं एकीकडे तो स्वत:च आश्चर्य करीत होता.
''किती वेळ वाट बघायला लावायची एखाद्याला?'' फुरंगटून त्या अनाहूत बाईने माधवला विचारलं.
''अरे! तुम्ही मग चौपाटीवर का नाही आलात?'' माधवने तिला विचारलं.
''तिकडे आले होते मी. पण तुमच्या भोवती गोपींचा गराडा पडलेला होता. काय मेल्या नटल्या होत्या! गुलुगुलू बोलत होत्या! अंगाला खेटत काय होत्या! म्हटलं, आता कशाला तुमच्यामध्ये या? आणि मला हेही पाहायचं होतं-मला सोडून जास्तीत जास्त किती वेळ तुम्ही राहता ते! तुमचा आणि माझा मार्ग एकच नाही का?''
हळूहळू माधवने स्वत:ला सावरलं. विचारमग्न होत तो म्हणाला,
''अहो, पण तुम्ही कोण? त्या कोण? मला काही उलगडाच होत नाहीय आज!''
''त्या माझ्या सवती आहेत मेल्या! जेव्हा-केव्हा माझ्या वाटेला येतात!'' माधवच्या हातात हात घालीत ती बाई आणखीच फुरंगटून म्हणाली.
अधिकच बुचकळ्यात पडत माधव म्हणाला, ''अहो, पण तुम्ही कोण?''
''अजून नाही मला ओळखलंत? आश्चर्य आहे! एवढी ओळख विसराल अशी कल्पना नव्हती. जाऊ दे! मग मी तरी कशाला देऊ माझी ओळख आपण होऊन? तुम्ही पुरुष असलेच! जिचा रात्रंदिवस हव्यास घ्यायचा...''
''कोण तुम्ही? काय प्रकार आहे हा? कोण रात्रंदिवस हव्यास घेतो तुमचा?'' थोडासा चिडीला येत माधव म्हणाला.
''अगदी उत्कट सौख्याच्या प्रसंगीसुद्धा मी तुमच्याजवळ असते. आता चार सटव्या भेटल्या म्हणून एवढा विसर पडावा ना? आम्ही बायकाच भोळ्या! आम्हीच का तुमच्या मागं यावं? तुमची तास न् तास वाट बघत रस्त्यावर उभं राहावं...''
तिचं हे बोलणं चालू असतानाच मागे मोटारीच्या ब्रेकचा कर्कश्श आवाज ऐकू आला. माधवने स्वत:ला सावरलं. मोटारीतली बाई शेजारच्या माणसाला म्हणत

होती,

"सतीश, भारी रॅश ड्रायव्हिंग करतोस बघ तू! मी जवळ असले की तुला इतरांची काळजीच वाटत नाही."

"बरं बाई! आता इथून पुढं काळजी घेईन. मग तर झालं?"

माधव बाजूला झाला आणि पुन्हा मोटार चालू व्हायच्या आतच माधवला सोडून ती बाई पटकन् त्या मोटारीजवळ गेली आणि हां हां म्हणता मोटारीचं मागचं दार उघडून आत बसली. पुढे बसलेल्या व्यक्तीच्या लक्षात ती हालचाल कशी आली नाही, ह्याचं आश्चर्य करीत माधव पुन्हा चालू लागला.

"किती उशीर केलात? केव्हाची वाट बघते आहे मी." माधवने दरवाजात पाऊल टाकताच वत्सला म्हणाली.

"जरा बसलो होतो वाऱ्यावर." अपराधी स्वरात माधव म्हणाला. पण हे म्हणतानाच बायकोला काही संशय आला नाही, हेही त्याने न्याहाळून घेतलं.

"कपडे किती चुरगाळलेत!" वत्सला सहज म्हणाली, पण माधव केवढा हादरला. स्वत:वर ताबा ठेवत तो म्हणाला,

"सहज वाळूत पडलो, तर जरा डोळा लागला!"

"मी म्हटलं, सगळ्यांना सिनेमाला पिटाळलं, तुम्ही लवकर येणार!" वत्सला त्याच्याजवळ जात म्हणाली आणि आता हिला सेंटचा वास येणार ह्या विचाराने माधव पुन्हा गोंधळला. पण वत्सला काहीच बोलली नाही. तेव्हा त्याला हायसं वाटलं. त्याने पटकन् दिवा मालवला आणि पलंगावर पडता-पडताच तिला जवळ ओढलं.

"आज खूप हलकं-हलकं वाटतंय!" माधव म्हणाला, "एकंदर परिस्थितीने मी अगदी गांगरून गेलो होतो. जरा वेळ चौपाटीवर बसलो. खूप विचार करायला मिळाला. पुष्कळसे प्रश्न मिटल्यासारखे वाटले."

वत्सला काही बोलली नाही. माधवचा एकंदर 'नूर' तिने ओळखला होता. आत्ताच 'सावध' राहायला हवं होतं.

"अशी काय लांब-लांब राहतेस? ये ना जवळ. तीन महिन्यांत भेटली नाहीस." माधव लाडात येत म्हणाला.

"त्याला मी काय करणार? तुमची बहीण आहे ना मधे!"

"त्याला काय करणार? जाऊ दे! आज तर कुणी नाही ना?"

"मिस्टर, घड्याळाचं भान आहे का? अकरा वाजलेयत म्हटलं!"

"तरी दीड तास आहे मंडळी परतायला!" माधव म्हणाला.

"अंहं! नको! घोटाळा व्हायचा! आपला संजय अजून दीड वर्षांचा होतोय!"

वत्सलेने माधवला जाणीव दिली.
माधवने स्वत:ला सावरलं. तिचा हात सोडीत तो म्हणाला, ‘‘तू म्हणतेस ते खरं आहे. आपण काळजी घ्यायला हवी खरी!’’
‘‘जरा थांबा हं, मी आलेच दूध झाकून!’’
वत्सला आत गेली आणि माधवला अगदी जवळून हसण्याचा आवाज ऐकू आला. त्याने दचकून शेजारी पाह्यलं. पाहतो तो मघाशी रस्त्यावर त्याला सोडून मोटारीतून गेलेली ती काळीसावळी बाई! क्षणात तिने त्याला मिठी मारली.
‘‘आता ओळखलंत मला?’’ तिने हसत विचारलं.
‘‘अजून नाही आणि ओळख पटावी अशी इच्छा पण राहिलेली नाही.’’ माधव उत्तरला.
‘‘मघाशी मोटारीतून गेले त्याचा एवढा राग! म्हटलं मिस्टर, रस्त्यावरच्या लोकांच्या संरक्षणासाठी मी मोटारीतून गेले मघाशी.’’
‘‘तुम्हाला कोड्यातल्या बोलण्याशिवाय दुसरी भाषाच येत नाही का?’’
‘‘छे बाई! बायकांना मत्सरी म्हणता-म्हणता तुम्ही पुरुषच भारी मत्सरी व्हायला लागलात! एवढं काय ते रागवायचं? आता तर अगदी एकजीव झालो आहोत ना आपण?’’
अंगाला सुटलेला घाम पुशीत माधव म्हणाला, ‘‘तुम्ही कोण पण?’’
‘‘आता तुम्ही बायकोला काय म्हणालात!’’ माधवच्या प्रश्नाला उत्तर न देता त्या बाईनेच माधवला उलट विचारलं, ‘‘काळजी! होय ना! मग झालं तर! तीच मी! माझं नाव काळजी! तुला कळायला लागल्यापासूनची तुझी मैत्रीण! कुठल्याही प्रसंगी तुला साथ देणारी तुझी सखी! बायकोपेक्षाही तू माझ्या सहवासातच जास्त असतोस आणि त्या चौपाटीवरच्या सख्या मात्र ‘काळजी सोड, काळजी सोड, ‘पॉलिसी बुडू दे’, ‘वरची जागा जाऊ दे’ म्हणून सांगत होत्या ना तुला?’’
माधवने अभवितपणे मान डोलावली.
‘‘पण माझ्याशिवाय आयुष्यात काही चार्म आहे का, सांग बरं?’’
‘‘नाही, मी तुला सोडणार नाही!’’ माधवने कबुली दिली.
‘‘हे काय! स्वता:शीच काय बोलताहात?’’ वत्सला बाहेर येऊन म्हणाली.
‘‘काही नाही. तू म्हणतेस ते पटलं. आपण काळजी घ्यायला हवी खरी!’’
एवढं बोलून आपली ‘सखी’ दिसू नये म्हणून माधवने गळ्यापर्यंत चादर ओढून घेतली.

★

आयुष्यात काही प्रसंग आपल्यावर आघात करतात. एकट्यानंच ते सोसून पुन्हा
नव्या उमेदीन उभं राहायचं असतं त्या एकल्या प्रवासाच्या या व्यथा

वपु काळे

या तुमच्या– आमच्या कथा.
दैनंदिन जीवनातील हे कवडसे. यात मोठे संघर्ष नाहीत हीच त्यांची व्यथा.
मोठ्या आघातांसाठी माणसाच्या मनाची तयारी झालेली असते आणि
तशा प्रसंगी सावरणारेही अनेक भेटतात.
छोटे-छोटे आघात असंख्य असतात.
ते एकट्याला गाठून हतप्रभ करतात. त्यात वाटेकरी नसतात.
ते एकट्याने सोसायचे! माणूस थांबतो, शिणून जातो, खचतो;
पण पुन्हा सावरतो. तो शीणवटा कुणाला कळत नाही,
सावरणंही समजत नाही! नव्या उमेदीनं, मागं पाहत-पाहत
प्रवास चालू असतो; ठेवावा लागतो. त्या वाटेवरच्या व्यथा!
त्यांच्या या कथा.
तुमच्या आणि माझ्याही!!!

हलक्याफुलक्या, मिश्किल, विनोदी शैलींचा संग्रह

मायाबाजार

वपु काळे

वपुंच्या कथाविश्वात मध्यमवर्गीय जीवन केंद्रवर्ती असले, तरीही मध्यमवर्गीय जीवनाच्या ठरावीक चाकोरीच्या या कथा नाहीत.
सामान्य माणसाच्या सामान्य जीवनातल्या 'असामान्य' सुखदुःखांना उद्‌गार देणाऱ्या या कथा आहेत. हलक्याफुलक्या, मिस्किल, विनोदी शैलीचे अधिष्ठान 'वपुं'च्या कथांना असले, तरीही त्यांच्या कथा कधी 'आचरट' होत नाहीत. त्यांच्या कथानिवेदनात एकप्रकारचा संयतपणा आहे. वाचकांना खुलवणाऱ्या, हसवणाऱ्या रंजकतेचे अधिष्ठान आहे. हव्यास म्हणून त्यांच्या कथा 'स्वस्त रंजकते'ला थारा देत नाहीत.
लेखक बहुश्रुत असल्यामुळे या कथाविश्वात विविधता व विपुलता आहे. त्यात अनुभवाचा तोचतोचपणा नाही. त्यांच्या कथा या ना त्या प्रकारे सामान्यातल्या सामान्य वाचकांच्या मनोविश्वाला स्पर्श करून जातात. त्या स्पर्शाने वाचक अंतर्मुख व्हावा असे सामर्थ्य 'वपुं'च्या कथेत आहे.

www.ingramcontent.com/pod-product-compliance
Lightning Source LLC
Chambersburg PA
CBHW070038030726
47506CB00003B/789